மதியின் ஆகாரம்

கா.பிரதிக்

புக் பெஞ்சர்ஸ்

மதியின் ஆகாரம்

மதியின் ஆகாரம்
ஆசிரியர் © கா.பிரதிக்

முதற்பதிப்பு 2021
பக்கங்கள் 83

Published by Book Benchers 2021
Copyright © K.Prathik 2021
All Rights Reserved.

ISBN 978-93-91423-75-9

ThebookBenchers@gmail.com
Contact 9944992571

Affliated By
Aelay Publish
www.aelaypublish.com

பதிப்புரை

Book Benchers வழங்கும் மதியின் ஆகாரம்;
மதி என்றால் என்ன? – அறிவு, ஆகாரம் என்றால்? – உணவு.
அப்படியெனில் புத்தக தலைப்பின் பொருள் அறிவின்
உணவு! ஆக நம் அனைவரின் அறிவிற்கான உணவு என்பது
யாது? கல்வி என்பது தானே?

எனவே இந்நூலில் நாம் கல்வியின் சிறப்புகளையும்,
கல்வியின் தேவைகளையும், கல்வியால் ஏற்பட்ட
பலவிதமான மாற்றங்களையும் தான் இக்கட்டுரையில்
விரிவாகப் பார்க்கப்போகிறோம்.

"கற்க கசடற கற்பவை கற்றபின்
நிற்க அதற்கு தக"
ஒருவன் தான் எவ்வளவு கல்வி கற்றாலும் அதனை செயல்
வடிவில் தக்க வைத்துக் கொள்ள வேண்டும். அப்போது தான்
அவன் கற்ற கல்வியின் பயன் அவனுக்கு கிடைக்கும் என்ற
வள்ளுவரின் கருத்து படி, நாம் நம் வாழ்வில் கற்ற கல்வி
எவ்வாறு செயல் வடிவில் பயன்படுத்துகிறோம் என்பதை
பற்றியும் இக்கட்டுரையில் காண்போம்.

இக்காலகட்டத்தில் கணினி பயன்பாடு, இணையம், என
தொழில்நுட்பத்தில் பல முன்னேற்றங்கள் ஏற்பட்டாலும்
கல்வி பற்றிய சிறப்புகளை கூறி கல்வியின் தேவை குறித்த
விழிப்புணர்வை மாணவர்களுக்கு ஏற்படுத்த பெரும்பாலும்
எவரும் முன் வருவதில்லை. அத்தகைய நிலையை பூர்த்தி
செய்யும் வகையில் இந்நூலில் விளங்கும். கல்வி
நிலையானது, காலத்தைக் கடந்து வாழ்வது, அறிவை
பெருக்குவது, மனிதனை மனிதனாக்குவது என
அனைத்தையும் ஆணித்தரமாக விளக்கும் வகையில்
இந்நூலில் அமைந்திருக்கும்.

மதியின் ஆகாரம்

இத்தகைய சிறப்பு வாய்ந்த கல்வியை பற்றி 24 க்கும் மேற்பட்ட எழுத்தாளர்கள் தமது சிந்தனைகளையும், எழுத்தாற்றலையும், அனுபவத்தையும், கொண்டு வடிவமைத்துள்ள படைப்பு தான்: மதியின் ஆகாரம்!

அனைவரின் வரவேற்பையும், வாழ்த்துக்களையும் எதிர்நோக்கி, இதோ உங்கள் கையில்!

மதியின் ஆகாரம் புத்தகத்தின் தொகுப்பாளரின் பெயர் கா.பிரதிக். இவர் வித்யா விகாஸ் மெட்ரிகுலேஷன் மேல்நிலைப் பள்ளியில் பதினோராம் வகுப்பு படித்து வருகிறார். இவர் தனது இளம் வயதிலேயே பல்வேறு துறைகளில் இவரது திறமையை வெளிப்படுத்தி வருகிறார். இவர் ஒரு யூடியூபரும் கூட. இவரது வலையொலி பக்கத்தில் 22,000 (Subscribers) களை கொண்டு அறிவியல் மற்றும் சமூக செயல்கள் பற்றிய காணொளிகளை பதிவு செய்து வருகிறார். இவர் தக்ஷின் பாரத் ஹிந்தி பிரசார் சபாவின் மூலம் இந்தியில் இளங்கலை பட்டம் (B.A) முடித்துள்ளார். இவர் சிறந்த பேச்சாளரும் கூட. 15 க்கும் மேற்பட்ட பட்டிமன்றங்கள் மற்றும் 5க்கும் மேற்பட்ட கருத்தரங்கில் இவர் உரைத்தாக்கியுள்ளார். பள்ளி அளவில் நடைபெற்ற பல போட்டிகளில் இவர் பங்கு பெற்று வெற்றி பெற்றுள்ளார். ஓர் அரசு சாரா குழுவில் மாவட்ட ஒருங்கிணைப்பாளராகவும் இருந்துள்ளார். இவர் எழுதுவதில் மிகுந்த ஆர்வம் கொண்டவர். இவர் தமிழில் 5 புத்தகங்களிலும், ஆங்கிலத்தில் 15 புத்தகங்களிலும் எழுத்தாளராக பணியாற்றியிருக்கிறார்.

மதியின் ஆகாரம்

வரிசை எண்	உள்ளடக்கம்
1	முன்னுரை, முடிவுரை (கா. பிரதிக்)
2	கல்வியின் மேன்மை (பா.கவுசிகா (பார்கவி))
3	உலகின் சிகரமாய் கல்வி (Sakthi68)
4	பெண் கல்வி (ராக்கி)
5	விண்வெளிக்கல்வி (Magesh Venkat)
6	அறிவியல் கல்வி (கா. யாஷிகா)
7	கல்வி கற்க தேவையானவை (தமிழரசு கா)
8	அழியாச்செல்வம் (ர. லோஹிதா)
9	வாழ்விலுள்ள கல்வியின் சிறப்புகள் (மு. ஹர்ஷினி)
10	கல்வியின் முக்கியதுவம் (Kavithapythogras)
11	மருத்துவக்கல்வி (Thirumoorthy.K)
12	மொழிபெயர்ப்புக் கல்வி (கு. அஜித்குமார்)
13	கல்வியும் பண்பாடும் (கவிச்சுடர் திண்டுக்கல் பி.மீராபாய்)
14	வேளாண்மைக் கல்வி (க. அம்சவேணி)
15	நவீன கல்வி முறை (கவிச்செம்மல் ஆ. நித்ய கல்யாணி)
16	தொழில்நுட்ப கல்வி முறை (ர. செபஸ்டின்)
17	ஒருவரின் விதியை மாற்றும் கல்வி (மோ. ஜோதிகா)
18	ஒவ்வொரு செயலுக்கும் தேவையானது (த. அருணா)
19	நமது கண்களாய் கல்வி (முனைவர் சு. நாகவள்ளி)
20	அக்காலத்தில் கல்வி (உங்கள் செல்வா)
21	சங்க காலத்தில் கல்வி (கு. தேன்மொழி)
22	நாட்டின் முன்னேற்றத்தில் கல்வி (கவிஞர் பாரதி பாஸ்கி)
23	ஆகச்சிறந்த கல்வி (ப. ஹரிணி (கவியின் காதலி))
24	கல்வி குறித்து அறிஞர்களின் கருத்து (லோ. சந்தியா)
25	கல்வியால் உலகையும் வெல்லலாம் (KAVINKUMAR)

முன்னுரை:

கல்வியின் நோக்கம் நாகரிகத்தையும் பண்பாட்டையும் வளர்ப்பதாகும். நெடுங்காலமாக முன்னோர்களால் வளர்க்கப்பட்ட அறிவையும் அனுபவத்தையும் ஒவ்வொரு தனிமனிதனும் ஒருவரின் வாழ்க்கை முழுவதும் தொடர் நடைமுறையாக திகழும் கல்வியானது சமூக மாற்றத்தின் இன்றியமையா காரணியாகவும் விளங்குகிறது.

வாழ்க்கையை நடத்துவதற்கான அடிப்படை திறன்களை வளர்ப்பதற்கு ஒவ்வொரு சமூகத்திலும் வயதில் மூத்தவர்கள் கதைகள் திருக்குறள் வழி வாழ்க்கை நெறிகள் மற்றும் உலகப் பார்வை சார்ந்த கருத்துகள் கற்பிக்கப்பட்டு வருகின்றன. அவை கற்பவர் மனதில் ஆழப் பதிந்துள்ள திறன்களை தூண்டி வெளிக்கொண்டு வருவதாக 'கல்லுதல்' என்ற பொருளின் அடிப்படையில் கல்வி என வழங்கலாயிற்று.

கல்வி என்ற தமிழ்ச் சொல் கல் (ஆய்வு செய்) என்ற வேர்ச் சொல்லில் இருந்து வருகின்றது. கல்வி என்ற சொல்லிற்கான ஆங்கிலச் சொல்(Education) என்பதாகும். இந்தச் சொல் (educatio) என்ற இலத்தின் மொழிச் சொல்லிலிருந்து பெறப்பட்டதாகும். இந்த சொல்லானது வளர்த்தல் என்ற பொருளைக் குறிக்கிறது. மேலும் இது கற்பித்தல், பயிற்றுவித்தல் என்னும் பொருளைத் தரும் (educo) என்ற சொல்லை அடிப்படையாகக் கொண்டது. இந்தச் சொல்லிற்கு ஒத்த சொல் வெளிக்கொணரல், உயர்த்திவிடல், முன்னேற்றிவிடல் போன்ற பொருளைத் தரும். எனவே கல்வி என்பது தகுந்த சூழ்நிலையை உருவாக்கி மனிதர்களை உள்ளார்ந்த தகுதிகளை வெளியில் கொண்டு

மதியின் ஆகாரம்

வருவது ஆகும். இத்தகைய சிறப்பு வாய்ந்த கல்வியைபற்றி இக்கட்டுரையில் காண்போம்.

கல்வியின் மேன்மை :

உலகில் கல்வியின் தேவை மிகவும் இன்றியமையாத ஒன்று தான். அன்றைய கால கட்டத்தில், உடல் வலிமைக்கு என்றே தனி மதிப்பும் ,மரியாதையும் நிறையவே இருந்தது. இன்றோ, விவேகமும், வேகமும் ஒன்று சேர்ந்த புத்திசாலித்தனத்திற்கே தலையாய மதிப்பு இருக்கிறது.

இது கொடுக்கக் கொடுக்கக் குறையாத செல்வம் ஏழேழு பிறவிகளுக்கும் துணைபுரியும் பந்தம். ஒருவன் தான் கற்ற கல்வியை வைத்தே சமூகத்தில் மதிக்கப்படுகிறான் .கல்வி சாதி, சமயம் என்று எதையும் பார்ப்பதில்லை. அறிவிற்கு உண்டான மதிப்பு வேறு எதற்கும் அகிலத்தில் அதிகம் கிடைப்பதில்லை.

எவனொருவன் கல்வியின் முக்கியத்துவம் தெரியாமல் தன் வாழ்நாள் முழுவதும் அறப்புத்தகங்களை துளியும் படிக்காமல், நேரத்தை வீணடிக்கிறானோ, அவன் வாழவே தகுதி அற்றவனாக புவியில் கருதப்படுகிறான்.

"கல்வி கரையில் கற்பவர் நாள்சில மெல்ல நினைக்கிற் பிணிபல "
என்கிறது நாலடியார் .

"கற்றது கை மண்ணளவு ,கல்லாதது உலகளவு ".

நிச்சயம் ஏழு பிறவிகளுக்குள் கடல் போன்ற கல்வியை கற்பது என்பது இயலாத காரியம். நாம் சிறிது சிறிதாக கற்ற கல்வியை நடைமுறை வாழ்வில் ஒரு பங்கு ஏனும்

பயன்படுத்தவில்லை எனில், படித்து ஒரு புண்ணியமுமில்லை .

செல்வத்தை அடைவதில் உள்ள கண்ணோட்டம் சிறிதளவேனும் கற்றறிவதில் இருக்க வேண்டும். கல்வியை கண்ணும் கருத்துமாக முழுமையாக கற்க வேண்டும். கற்ற கல்வியை ஏழை எளிய மக்களுக்கு நம்மால் இயன்ற வரை எடுத்துச் சொல்ல வேண்டும்.

" பாட்டுக்கொரு புலவன் பாரதி" கலைவாணியின் அருளை முழுமையாகப் பெற்றவர். இவர் அதிர்ஷ்டத்தில் அவ்வரிய வரத்தை எளிதாக பெறவில்லை. கடும் முயற்சியும் ,இடைவிடாத பயிற்சியும் அவர் ஈட்டிய புகழுக்குக் காரணமாக துணை நின்றது.

" யாமறிந்த மொழிகளிலே தமிழ்மொழி போல் இனிதாவது எங்கும் காணோம்" என்று பாடி தமிழ் மொழியின் சிறப்பினை உலகிற்கு பறைசாற்றியவர், மகாகவி பாரதி. அவர் நயம்பட கற்றறிந்த மொழிகள் ஏராளம் .அத்தனை மொழிகளையும் கரைத்துக் குடித்த மாமேதை, அவர். அனைத்தையும் ஆராய்ந்து அறிந்து, கற்று உணர்ந்து, கவிப்புலமை பெற்ற பிறகே ,தன் தாய் மொழியை மெச்சிப் புகழ்ந்துள்ளார், என்பது குறிப்பிடத்தக்கது.

எந்த இணையதள வசதியும் இல்லாத அந்தக் காலத்திலேயே அவருக்கு இருந்த ஈடுபாடு, நமக்கு ஒரு பங்கு இருந்தால் போதும் .வாழ்வில் எண்ணற்ற புகழையடைவது அந்த காளனாலும் தடுக்க இயலாத காரியமாக அமைந்துவிடும்.

"கல்வி கற்றவருக்கு மரணம் பீடிப்பதில்லை "என்பது சத்தியவாக்கு தான். மறைந்த எத்தனையோ எழுத்தாளர்களின் எழுத்துக்கள் இன்னமும் நம் காதில்

மதியின் ஆகாரம்

ஒலித்துக் கொண்டுதான் இருக்கின்றன. உயிர் பெற்று எழுந்து கொண்டுதான் இருக்கின்றன.கற்றவர், கற்பித்தவர் மரணிப்பது மனித இயற்கை தான். கற்றக் கல்வியானது என்றும் இறப்பதில்லை .அதற்கு மரணம் என்பதே இல்லை.

கல்வியை வைத்து லாபம் சம்பாதிப்பது மட்டுமே இலக்காக கருதி வாழ்க்கை நடத்த கூடாது .அதையும் தாண்டி வாழ்வியல் பாடங்களை, நம் கண்ணுக்கு எட்டிய தூரம் வரை மிகவும் துரிதமாக கை வசப்படுத்த துணைபுரியும் கருவி ,கல்வியே ஆகும்.

கல்வியானது,வெள்ளத்தால் அழியாது;வெந்தழலால் வேகாது: கயவர்களால் களவாடப்பட இயலாது; கொடுக்கக் கொடுக்கக் குறையாத அட்சய பாத்திரம் அது.

"கற்க கசடறக் கற்பவை கற்றபின் நிற்க அதற்குத் தக" என்றும்,

"கண்ணுடையர் என்பவர் கற்றோர் முகத்திரண்டு புண்ணுடையர் கல்லா தார்"
என்றும் வள்ளுவர் வாய்மொழி உரைக்கிறது. அது உண்மையும் கூட.

கல்வியின் சிறப்பு கடல்கடந்தது. அதனைப் பற்றி சொல்லிக்கொண்டே போகலாம். அத்துணை சிறப்பு வாய்ந்தது கல்வி. கற்ற கல்வியைக் கொண்டு கர்வத்துடன் வாழாமல், படிக்காத பாமரனை ஏளனமனமும் , இளக்காரமமும் செய்யாமல் அனைவருக்கும் பயன்படும் படி , வாழ்வாங்கு வாழ்வோமாக!

- **பா.கவுசிகா (பார்கவி)**

உலகின் சிகரமாய் கல்வி:

"அவனுங்க நம்ம கிட்ட சொத்து இருந்தா அடிச்சி புடுங்கிருவானுங்க, பணம் இருந்தா புடுங்கிருவானுங்க; ஆனால், புடுங்க முடியாதது படிப்பு மட்டும்தான்! அதுனால எல்லாரும் நல்லா படிங்கடா!"

இது அசுரன் திரைப்பட வசனம். இதில் இருந்து கல்வியின் முக்கியத்துவம் நன்கு புலப்படும்! ராமேஸ்வரத்தில் அரசு பள்ளியில் படித்த கலாம் ஐயா, பின்னாளில் விஞ்ஞானி ஆனதும், அதன் பின்னர் நாட்டின் ஜனாதிபதி ஆனதும் கல்வியின் சிறப்பு!

பல குடும்பங்களில் தலை எழுத்தையே மாற்றி ஏழ்மை நிலையில் இருந்து மேலே செல்ல வழி வகுத்து கொடுத்தது கல்வி என்றால் அது மிகை ஆகாது! தினமும் நாம் நாளிதழ்களில் படித்து கொண்டு இருக்கிறோம்! கூலி தொழிலாளி மகள் டாக்டர்; ஆட்டோ டிரைவர் மகன் கலெக்டர் என்று. கற்றோருக்கு செல்லும் இடமெல்லாம் சிறப்பு! என்பது முதுமொழி!

உலக புகழ் பெற்ற ஹார்வர்ட் பல்கலைகழகத்தில் தமிழ் இருக்கை அமைந்தது செம்மொழியாம் தமிழ் மொழியின் சிறப்பு என்றால் அங்கு படிப்பது, படிக்க சீட்டு கிடைப்பது கௌரவத்தின் உச்சம்! உலகின் கல்வியின் சிகரமாய் திகழும் ஹார்வர்ட், யேல் பல்கலைகள் எங்கும் நமது இந்திய மாணவர்கள் இன்று கல்வி ஊக்க தொகை பெற்று சிறந்த முறையில் கல்வி பயின்று வருகின்றனர்.

பணம் இன்று வரும், நாளை போய் விடும்! சொத்து, சுகம் வரும் போகும்! ஆனால், நாம் இறக்கும் வரை நம்மை விட்டு

மதியின் ஆகாரம்

நீங்காது இருப்பது கல்வி ஒன்றுதான். அதை எந்நாளும் அழிக்க முடியாது! எப்படி சைக்கிள் ஓட்டுறதை, நீச்சல் அடிக்கிறதை வாழ்நாள் முழுவதும் மறக்க முடியாதோ, அதே மாதிரி கல்வி செல்வத்தையும் மறக்கவும் முடியாது, அழிக்கவும் முடியாது!

சீனர்களுக்கும், இந்தியர்களுக்கும் மேலை நாடுகளில் மரியாதை இருப்பதற்கு காரணம் நமது கல்வி கற்கும் திறன் என்று சொன்னால் அது மிகை ஆகாது! இன்று அமெரிக்காவில் ஜோ பிடென் ஆட்சியில் அதிகம் பதவிகளில் கோலோச்சுவது இந்தியர்களாகிய நாம்தான். இதற்கு இன்றியமையாத காரணம் கல்வி என்றால் அது மிகை ஆகாது!

அதே போல, மிக பெரிய கார்ப்பரேட் கம்பனிகளில் எல்லாம் மேலாண்மை அதிகாரியாக கோலோச்சுவது நமது இந்தியர்கள் என்பது கூடுதல் சிறப்பு. இதற்கு முக்கிய காரணம் நமது கல்வி அறிவு தான்!

-Sakthi68

பெண்கல்வி :

**கல்வியில்லாத பெண்கள்
களர்நிலம்! அந்நிலத்தில்
புல்விளைந்திடலாம்! நல்ல
புதல்வர்கள் விளைவதில்லை...**

என்ற பாரதிதாசனின் வரிகளுக்கு இணங்க ..... உலக மக்கள் தொகையில் சரிபாதியாக அங்கம் வகிக்கும் பெண்கள் கல்வி கற்க வேண்டியது அவசியமான ஒன்று. ஏனெனில், ஆண் பெறக்கூடிய கல்வி அவர் ஒருவரின் அறிவை மட்டுமே வளர்க்கும் பெண் பெறக்கூடிய கல்வி அவளைச் சுற்றியுள்ள ஒரு சமூகத்தை வளரச் செய்யும்.

- **சங்ககாலத்தில் பெண்கல்வி:**
  சங்க காலத்தில் பெண்கள் கல்வியில் சிறந்து விளங்கியது மட்டுமல்லாமல் ...ஆண்புலவர்களுக்கு இணையாக கவி பாடி பெண்புலவர்கள் பரிசில்கள் பல பெறும் அளவிற்கு சமநிலை அடைந்திருந்தனர். அரசர்களுக்கும், மக்களுக்கும் அறிவுரைகளை இடித்துரைக்கும் அளவிற்கு பெண்கள் புலமை நிறைந்தவர்களாக காணப்பட்டனர். வரலாற்றில் ஒளவையார், காவற்பெண்டு, பொன்முடியார், வெண்குயத்தியார், நற்பசலையார், போன்ற இன்னும் பலர் குறிப்பிடத்தக்கவர்கள்.

- **இடைக்கால பெண்கல்வி:**
  பெண்கள் இயல்பிலேயே சிறப்பான குணங்களை உடையவர்கள் அவர்களை நால்வருணக் கோட்பாடுகளாலும், சாங்கியம் என்கின்ற சமுதாய சீர்கேட்டாலும் அடிமைப்படுத்தி அவர்

மதியின் ஆகாரம்

வாழ்க்கையை இருட்டடையச் செய்த காலம். பெண்கள் கல்வி கற்க கூடாதென கூறி அவர்களை சிறுவயதில் திருமணம் செய்து வைத்தல், கணவன் இறந்தவுடன் உடன்கட்டை ஏற வைத்தல், இளம் வயதில் விதவையாக்கி வீட்டை தாண்டி வெளியில் செல்லவே முடியாத அளவுக்கு அடக்குமுறைகள் புகுத்துதல் போன்றவை நிகழ்ந்த காலம்.

"அடுப்பூதும் பெண்களுக்கு படிப்பெதற்கு?.... என்று பெண்களின் வளர்ச்சியையும் முக்கியத்துவத்தையும் ஏற்க மறுத்த வீணர்கள் சிலர் வன்முறை, பாலியல்கொடுமைகள், அடக்குமுறைகள் இவற்றினை பெண்கள் எதிர்க்காத அளவிற்கும், கேள்விகேட்காத அளவிற்கும் கல்வியறிவின்மையை பயன்படுத்தினர்.

• நவீன கால பெண்கல்வி:-

இன்றைய சமுதாயத்தில் பெண்களின் வளர்ச்சியும் பங்களிப்பும் ஒட்டுமொத்த சமுதாயத்தின் வளர்ச்சியாக பார்க்கப்படுகிறது. பெண்கள் எதிர் கொள்ளும் பிரச்சனைகளுக்கெல்லாம் அடக்குமுறை மிக்க சமூகமும் கல்வியறிவு குறைவான தன்மையுமே காரணமாகும். வறுமையினை காரணம் காட்டி பெண் பிள்ளைகளை கல்வி கற்க வைக்க பெற்றோர் அனுப்புவதில்லை. பெண்பிள்ளைகளுக்கு திருமணம் செய்து வைத்தவுடன் அவர்கள் கடமை முடிந்ததாக கருதுகின்றனர். இந்நிலை மாற

வீட்டுக்குள்ளே பெண்ணை பூட்டி வைப்போம்
என்ற விந்தை மனிதர் தலை குனிந்தார்"

என்று பாடிய பாரதியின் கனவு இன்றைக்கு பலித்திருக்கிறது. பெண் கல்வியில் முன்னேற்றம்

ஏற்பட்டுள்ளதால் பெண்கள் இன்று வன்முறைகளுக்கெதிராக அச்சமின்றி குரல் கொடுத்து வருகின்றனர். இன்றைய சமுதாயத்தை எடுத்துக் கொள்வோமானால் பெண்கள் இல்லாத துறைகளே இல்லை என்று கூறுமளவுக்கு பெண்கள் கல்வியில் சாதித்து தமக்கு பிடித்த துறைகளில் முன்னேறி சாதித்து வருகின்றனர். பாடசாலைகள், பல்கலைக்கழகங்கள், கல்வியல்கல்லூரிகள், மருத்துவதுறை, தாதியர்கள், பொறியியல்துறை, சட்டத்துறை, நிர்வாகத்துறை, அரசியல் துறை, பொருளியல் துறை, விஞ்ஞான துறை, விண்வெளி, வேளாண்துறை என அனைத்து துறைகளிலும் பெண்கள் இன்றைக்கு கம்பீரமாக நடைபோடுகிறார்கள். இன்றைக்கு உலக தலைவர்கள் வரிசையில் கூட பெண்கள் அதிகமாக உள்ளனர்.

- **பெண்கல்வியின் பயன்கள்:–**

பெண்கள் கல்வி பெற்றதால் இன்று உலகின் பல்வேறு துறைகளில் பெண்கள் தங்கள் திறமைகளை வெளிக்கொண்டு வந்து அதன்மூலம் வெற்றிநடை போடுகின்றனர். விளையாட்டுத்துறை முதல் விண்வெளி ஆராய்ச்சி துறை வரைபல சாதனைகள் புரிந்து நிமிர்ந்த தலையுடன் வெற்றிநடை போடுகின்றனர். பாரத நாட்டை ஆண்டவர்களில் ஜான்சி ராணி, அகல்யாபாய் முதல் இந்திரா காந்தி, ஜெயலலிதா பல்வேறு நாடுகளிலும் ஆட்சி பொறுப்பை பெண்கள் ஏற்று நடத்தி காட்டி வருகின்றனர் நாடும் வீடும் நலம் பெறவும் வளம் பெறவும் ஒளியோடு விளங்கவும் பெண்கள் கல்வியறிவு பெற வேண்டும். பெண்களைக் கடவுளாகத் தொழுகின்ற நாமும் பெண்களை கல்வி பெறச் செய்வோம்.

நாட்டு முன்னேற்றத்தில் ஈடுபாடு கொண்ட பெண்கல்வி நிறைந்த நாடு வளர்ச்சி அடையும். அத்தகைய பெண்களை உருவாக்க வேண்டும் என்று பாரதிதாசன் எண்ணியுள்ளார்.

மதியின் ஆகாரம்

பெண்கள் நாட்டு முன்னேற்றத்தில் ஈடுபடுவதற்கு அவர்கள் அடிமைகள் இல்லை என்ற நிலை முதலில் உருவாக வேண்டும். எனவே, வீட்டில் விளக்கேற்றும் பெண்கள் உலகிற்கு ஒளியாகத் திகழ பெண்கல்வியை வளர்ப்போம்.
- **கோகிலா (ராக்கி)**

விண்வெளிக்கல்வி :
வானை அளப்போம் கடல் மீனை
அளப்போம் சந்திரமண்டலத்தில்
கண்டு தெளிவோம்

என்றார் பெரும் புலவன் பாரதி. அவரின் வார்த்தை எனும் ஓவியத்திற்கு வண்ணம் பூசும் வகையில் நம் இளைய சமுதாயம் தனது ஆர்வத்தை விண்வெளியை நோக்கி செலுத்துகின்றனர். விண்வெளி கல்வி என்பது மூவாயிரம் ஆண்டுகளுக்கு முன்னரே தமிழர்களால் கண்டறியப்பட்டது, இருப்பினும் அறிவியல் பூர்வமாக 1957 இல் உருவாக்கப்பட்டது. முதன்முதலில் ரஷ்யா ஸ்புட்னிக் 1 என்ற விண்களத்தை ஏவியபிறகு விண்வெளியைப் பற்றிய சிந்தனை அனைவருக்கும் வரத்தொடங்கியது. பலாயிரக் கோடி வருடங்களுக்கு முன் பேரண்டம் பெருவெடிப்பால் சூரியனும் அதைச் சுற்றியுள்ளகோள்களும் உருவானது என்பது மனிதனின் கண்டுபிடிப்பு.

கண்டுபிடித்ததைக் காட்சியாக்கினார் கலீலியோ காட்சியாக்கியதை அளந்து காண்பித்தார் ஹென்றி கவேண்டிஷ். இவை அனைத்தும் மனிதனுக்கு விண்வெளிமீதுள்ள நுண்ணறிவாகும்.

பலவருடங்களுக்கு முன்பு தமிழினம் கோள்களுக்கு ஞாயிறு, திங்கள் என்று வாரத்தின் பெயர்களைச் சூட்டினர். பின்பு ஒன்பது கோள்களையும் நவகிரகங்களாக கோவிலில் வைத்து வழிபட்டனர். பழங்கால மனிதர்களுக்கு விண்வெளியைப் பற்றிய அறிவு இருப்பது ஆச்சரியத்தை அளிப்தாக இருக்கிறது. அவர்கள் அன்று திண்ணை மீது அமர்ந்து

பெளர்ணமி அமாவாசையைத் துல்லியமாக கணித்தனர், இன்று நாம் அதை விண்வெளிக் கல்வியாக அறிந்துகொள்கிறோம். விண்வெளி என்பது நம் அன்றாட வாழ்க்கையில் கலந்ததாக இருக்கிறது. வாரத்தின் ஏழு நாட்களையும் ஞாயிறு, திங்கள் என்றும், இயற்பியலில் (Atom) ஆட்டம் எனும் வரைமுறைக்கு முன்னோடியாக இருக்கின்றது.

சூரியன் என்பது கருவாகும் அதை சுற்றியுள்ள கோள்களை (Electron) எலக்ட்ரான் எனும் சிறு அணுக்களும் சுற்றுகின்றது. சூரியனின் எடை புவியீர்ப்பு விசை போன்றவற்றை விண்ணியல் கல்வி மூலம் நம் அறிவியலாளர்கள் கண்டறிந்தனர் .விண்ணில் சரித்திரம் படைப்பது என்பது எளிதல்ல, அதேப்போல் அது முடியாத காரியமும் அல்ல .தன் விடாமுயற்சியால் சரித்திரம் படைத்த பெண்மணி கல்பனா சாவ்லா. சிறுவயதிலிருந்தே விண்வெளிக்குச் செல்ல வேண்டும் என்பது இவரது கனவாகும். பல இன்னல்களை தாண்டி விண்ணியல் பட்டப் படிப்புகளைப் படித்து 1995 இல் நாசா விண்வெளி வீரர் பயிற்சி குழுவில் சேர்ந்தார்.

"பட்டங்கள் ஆள்வதும் சட்டங்கள் செய்வதும் பாரினில் பெண்கள் நடத்த வந்தோம்"

- பாரதி

என்ற பாடலுக்கு ஓர் அச்சாணியாக திகழ்ந்தார் கல்பனா சாவ்லா. இவர் பலமுறை விண்வெளிக்குச் சென்று பலவிதமானஆய்வுகளை நடத்தியவர். ஒருமுறை ஓர் விண்வெளி ஆராய்ச்சிக்காக எஸ்டி எஸ் - 107 (STS-107) எனும் விண்கலத்தில் அமெரிக்காவில் இருந்து கிளம்பினார். 15 நாட்கள் விண்ணில் இருந்து தனது ஆய்வுகளை வெற்றிகரமாக முடித்துவிட்டு பூமிக்குத் திரும்பிய போது அவர் பயனித்த விண்களம் அமெரிக்காவின் டெக்ஸாஸ் வான்பரப்பில் வெடித்துச் சிதறியது. அவரும் அவருடன் பயணித்த 7 பேரும்

மதியின் ஆகாரம்

தனது உயிரை நீத்தனர். அவருடைய அறிவாற்றலாலும் கல்வி அறிவாலும் பல புகழுக்கு சொந்தக்காரராக உள்ளார்.

விண்வெளியைப் பற்றிய படிக்கும் மாணவர்களுக்கு பல வகையான நிறுவனங்கள் முன் வருகின்றன. மாணவர்கள் விண்வெளி கல்வியை படித்து விண்வெளியை அளந்து சாதனை செய்ய வேண்டும். உலகம் முழுவதும் விண்வெளி அறிவியல் பல்கலைக்கழகங்கள் உள்ளன. குறிப்பாக கலிபோர்னியா தொழில்நுட்பக்கல்லூரி, ஹார்டுவேர் பல்கலைக்கழகம், கேம்பிரிட்ஜ் பல்கலைக்கழகம் ஆகும். சர்வதேச அளவில் (ISRO - Indian Space Research Organisation) இஸ்ரோ பல சரித்திரங்களை உருவாக்கியுள்ளது. 1975 இல் இந்தியாவின் முதல் செயற்கைக்கோள் ஆரியபட்டாவை விண்ணில் ஏவியது, 1983-இல் இன்சர்ட் என்னும் கோளை ஏவியது இதுபோன்ற பல சாதனைகளுக்கு விண்வெளிகல்வியின் சிறப்புகளே என்று கூறலாம். விண்வெளி கல்வியின் சிறப்புகள் :

- விண்வெளித்துறையில் இந்தியாவை உயர்ந்த நிலைக்கு எடுத்துச் செல்ல விண்வெளி கல்வி இன்றியமையாதது.
- வரும் காலங்களில் விண் வெளியிலிருந்து விண்கற்கள் எரிநட்சத்திரம் போன்றவை பூமியை அழிக்கக்கூடிய ஆபத்தாய் வரக்கூடும். அதில் இருந்து பூமியை மீட்க நன்கு விண்வெளி கல்வியை கற்ற இளைஞர்கள் சமுதாயத்திற்கு தேவைப்படுவார்கள்.
- தற்போது நிலத்தில் நடைபெறும் போரானது விண்ணுக்கு புலம்பெயர்ந்தால் ஆச்சரியப்படுவதற்கில்லை. எனவே அத்தகைய சூழ்நிலையைக் கையாள விண்வெளி கல்வி அவசியமான ஒன்று.
- எதிர்காலத்தில் ஆக்சிஜன் பற்றாக்குறையால் மனிதர்கள் அனைவரும் செவ்வாய்க்குச் செல்லும்

நிலை ஏற்படலாம் அப்போது சற்று விண்வெளியைப் பற்றி தெரிந்திருப்பது மிக அவசியம்.

- விண்வெளி கல்வியின் மூலம் பலவிதமான புதிய தொழில்நுட்பங்களை கொண்டு வரமுடியும். இதனால் பல நாடுகளுக்கு முன்னோடியாய் நாம் இருக்க முடியும்.

- அண்டம் என்பது அகன்றது அதில் புதைந்திருக்கும் ரகசியங்களை அலசி ஆராயவும், புதுமையான செய்திகளை கண்டறியவும் விண்வெளி கல்வி தேவைப்படுகிறது.

- நாசா விண்ணிலிருந்து புரத படிகம் (Protein Crystal) என்னும் பொருளை கண்டு பிடித்திருக்கின்றனர். அது பலவித பக்க விளைவுகளுக்கு மருந்தாக இருக்கிறது என்று அறிந்துள்ளனர்.

- விண்ணில் பல சம்பவங்கள் புதிராகவே இருக்கிறது. உதாரணத்திற்கு கருந்துளை போன்ற புதிர்களை கண்டறிய விண்வெளி கல்வி தேவைப்படுகிறது.

- விண்வெளி கல்வி என்பது மனிதனின் சிந்தனையை உச்ச கட்டத்திற்கு எடுத்துச் செல்லும் ஓர் வடிவமாகும். இதை பயன்படுத்தி மனிதன் கண்டறிய முடியாத பல சிந்தனைகளை கண்டறிகிறான்.

- பல அறிவியலாளர்களை உருவாக்கி சாத்தியமற்றதை அசத்திக் காட்டி எதிர்காலத்தில் இளைஞர்களுக்கு அறிவெனும் வாளைக் கையில் தந்து சாதனை செய் என்று சொல்லவிருக்கும் நம் விண்வெளி கல்வியை நாளும் போற்றுவோம்.

- விண்வெளி செல்வது என்பது சுற்றுலா செல்வதன்று , ஒரு யுகம் கடந்து மறு யுகம்

மதியின் ஆகாரம்

செல்வதாகும் விண்வெளி செல்லும் வீரர்கள் ஆக்சிஜன் நிரப்பப்பட்ட பைகளை சுமந்து செல்வர் விண்வெளி என்பது வெற்றிடம் ,மிதக்கும் பாறைகளும் சுழலும் கோள்களும் தவிர வேறு உயிர் காக்கும் எதுவும் இருக்காது.

பூமியில் இருக்கும்போது புவியீர்ப்பு விசையால் நம்முள் இருக்கும் இரத்தம் போன்றவை உடலின் கீழ்ப் பகுதிக்கும் மேல் பகுதிக்கும் சீராக செல்லும். விண்ணில் ஈர்ப்பு விசை குறைவாக இருக்கும் அதனால் உடலின் மேல் பகுதியானது வீங்கக் கூடும். சில நேரத்தில் தலை வெடித்து சிதறும் வாய்ப்புகள் உள்ளன. பல சவால்களை சமாளித்து பல விஷயங்களை கண்டுவரும நம் விண்வெளி வீரர்களைப் போல நாமும இருப்போம். பல சாதனையாளர்களை உருவாக்கிய நம் விண்வெளி கல்வியை கற்று சாதனை புரிய தயாராகுங்கள். இளைய சமுதாயமே...!!!!!!!

- Magesh Venkat

அறிவியல் கல்வி:

அக்காலத்தில் கல்வி வளராமல் இருந்தது. ஆனால் இக்காலத்தில் கல்வி உயர்ந்த நிலையில் இருக்கிறது. இதற்கு காரணமாக நின்று துணை செய்தது அறிவியல் கல்வி. பொது அறிவியல் வளர்ந்து கொண்டே வருகிறது. அறிவியல் கல்வி நாம் செய்யும் இயல்பான வேலைகளை எளிதாக மாற்றிக் கொடுக்கிறது. நாம் படித்த கல்வி நம்மை அறிவியல் கண்டுபிடிப்புகளை கண்டுபிடிப்பதற்கும் கண்டுபிடித்த பொருட்களை பயன்படுத்துவதற்கும் உதவுகிறது. அறிவியல் கல்வி நாம் நினைக்கும் அளவிற்கு மேற்பட்ட அளவில் உயர்ந்து நிற்கிறது. ஆகையால் இந்தியாவில் மட்டும் சுமார் ஆயிரத்திற்கும் மேற்பட்ட அளவில் அறிவியல் ஆய்வுக்கூடங்கள் அமைக்கப்பட்டிருக்கின்றன.

அன்றாட வாழ்வில் அறிவியல்,
ஆராயாமல் கிடைக்காது அறிவியல்,
ஆயிரத்திற்கும் மேற்பட்ட ஆய்வுக் கூடங்கள்,
அதில் ஆண்டுதோறும் ஆராய்ச்சிகள்.

தற்போது இருக்கும் சூழ்நிலையில் மின்சாரம் இல்லாத வாழ்க்கையே இல்ல. எனவே மின்சாரம் கண்டுபிடிப்புகளை கண்டுபிடிக்க அறிவியல் கல்வி அவசியமாகிறது. ஆகவே பள்ளியிலேயே இருக்கும் மாணவர்களுக்கும் ஆசிரியர்களுக்கும் அறிவியல் கல்வி என்பது மிக முக்கியமாக தேவைப்படுகிறது. முக்கியமாக மாணவர்களுக்கு கற்றுக் கொடுக்கும் போது அவர்கள் பல ஆய்வாளர்களை கண்டு வியப்படைவதன் மூலம் அவர்கள் இன்னும் பல கண்டுபிடிப்புகளை கண்டுபிடிக்க இது தூண்டலாக அமைகிறது. நமது அன்றாட தேவைகளுக்கு

மதியின் ஆகாரம்

ஏற்ப கண்டுபிடிப்புகள் அதிகரித்துக் கொண்டே செல்கின்றன. ஒரு கண்டம் விட்டு கண்டம் முழுவதும் தினந்தோறும் கைபேசியில் பேசவும், கணினியில் வேலை பார்க்கவும்,மடிக்கணினியில் படிப்பதற்கும் அறிவியல் கல்வி மற்றும் கண்டுபிடிப்புகள் அவசியமாக தேவைப்படுகிறது.

அறிவியல், கடுமையான உழைப்பு இல்லாமல் கண்டுபிடிக்க இயலாது என்பதை நீங்கள் அவசியமாக உணர வேண்டும். இன்றைய காலகட்டத்தில் நம்மால் சுகமான வாழ்க்கையை வாழ முடிகிறது. ஆனால் அக்காலத்தில் கடுமையாக உழைத்து பசியாற்றி உறங்குவதற்கு இடமில்லாமல் எல்லாம் வாழ்ந்தார்கள். 'அக்காலம் கடுமையாக உழைத்த காலம்' ' இக்காலம் இனிமையான அறிவியல் காலம்' மின்சாரம் இல்லாமல் போனாலும் இக்காலத்தில் நம்மால் சின்ன சின்ன அறிவியல் கண்டுபிடிப்புகளை வைத்து எளிதான முறையில் படித்து விட முடியும். பள்ளியிலும் மாணவர்களுக்கு வீட்டுக்கு சென்ற நேரம் ஆகிவிட்டால் ஆசிரியர்கள் வந்து மணியை அடிக்காமல் மின்சாரத்தினால் மணி தானாகவே அதை அடித்துக் கொள்ளும். இதற்கெல்லாம் காரணம் எது என்று நீங்கள் நினைக்கிறீர்கள்?

இதற்கெல்லாம் காரணம் அறிவியல கல்விதான்! என ஆணித்தரமாகக் கூறலாம். மாணவர்கள் பயிலும் பிரிவில் அறிவியல் கல்வி என்பது ஒரு முக்கியமான பிரிவாக உள்ளது. இன்றைய உலகில் அறிவியல் கல்வி மட்டுமல்லாமல் எல்லா கல்வியும் குறைத்து மதிப்பிட முடியாத அளவு உயர்ந்து நிற்கிறது. அறிவியல் கல்வி நம் சுற்றுச் சூழலில் ஆங்காங்கே பரவியுள்ளது. எல்லா கல்வி பிரிவுகளை காட்டிலும் அறிவியல் கல்வி மட்டும்தான் முதல் இடத்தை பெற்றுள்ளது.

தகவல் தொடர்பு, போக்குவரத்து, வானிலை, தொழில்நுட்ப அபிவிருத்தி, உயிர் அறிவியல், புதிய தடுப்பு மருந்து கண்டுபிடிப்புகள், அணு அறிவியல், போன்ற எல்லா துறைகளும் அறிவியலை மையமாக கொண்டுள்ளது. அறிவியல் கல்வி என்பது முறையான அறிவு மற்றும் ஆராய்ச்சிகள் மூலம் பரந்த அர்த்தத்தில் உருவாக்கப்பட்டுள்ளன. தொல் செவ்வியல் காலம் முதல் பத்தொன்பதாம் நூற்றாண்டு வரையில் அறிவியல் கல்வி மெய்யியலுக்கு மிக நெருக்கமான அறிவு வகையாகவே கருதப்பட்டது. அறிவியல் மூலமாக கண்டுபிடித்த பொருட்களை எல்லாம் சொல்லிக்கொண்டே போகலாம். அறிவியலால் ஆகும் பயன்கள் நம்மை,
ஆகாயத்தில் பறக்கச் செய்கிறது,
எதோடும் ஒப்பிட்டு பார்க்க முடியாத அறிவியல்,
எட்டு திசையிலும் பரவியுள்ளது!

ஆகவே நம்மால் செய்ய இயலாத கடினமான வேலைகளை கூட அறிவியல் கல்வியை முறையாக பயன்படுத்தினால் எளிதாக செய்ய இயலும். எல்லோருக்கும், கல்வி என்றால் அதை எப்படிப் பயன்படுத்த வேண்டும்? அதை எப்போது பயன்படுத்த வேண்டும்? அதை பயன்படுத்தும் பொழுது அதனால் பின் விளைவு ஏற்படுமா? இல்லையா? அதை பயன்படுத்துவது அவசியமா? அதை கற்றுக் கொடுத்தவர் யார்? என்றெல்லாம் சந்தேகங்கள் ஏற்படும்.

கல்வி என்றால் என்ன? நம் அன்றாட வாழ்க்கையின் ஒவ்வொரு நாளும் புதிதாக கற்றுக் கொள்ளும் செயல்கள் மற்றும் செய்முறைகள், அதன் பின்னால் இருக்கும் காரணம், காரணிகளை அறிந்து, புரிந்து கொண்டு அந்த ஒரு விஷயத்தை பல தடவை பல வகையில் பயன்படுத்துவதே ஒரு சிறப்புமிக்க கல்வியாகும்.

கல்வியை எப்படி பயன்படுத்துவது? ஒரு மனிதன் தன் வாழ்வில் எந்த ஒரு செயலில் ஈடுபட்டாலும்

மதியின் ஆகாரம்

புதிதுபுதிதாக பாடங்களையும் கூற்றுகளையும் செய்முறைகளைப் பற்றிய விரிவான விவரங்களையும் செய்திகளையும் அறிந்து கொள்கிறான். எனவே கல்வி என்பது கற்றலை அடிப்படையாகக் கொண்டுள்ளது. ஆகவே ஆசிரியர்கள் மாணவர்களாக இருக்கும் பொழுது கல்வியை சீராக கற்றுக்கொண்டு ஆசிரியர்களாகி சிறப்பான முறையில் கற்றுக் கொடுத்தால் மாணவர்களும் சிறப்புடன் தவறில்லாமல் கற்றுக்கொள்வார்கள்.

கல்வியை எப்பொழுது பயன்படுத்த வேண்டும்? கல்வியின் தேவை வந்தால்தான் நாம் அதை பயன்படுத்த வேண்டும். எடுத்துக்காட்டாக அறிவியல் கல்வி, மருத்துவக்கல்வி, விண்வெளி கல்வி, தொழில்நுட்ப கல்வி, என்று அடுக்கிக்கொண்டே போகலாம். அந்த கல்வியின் பயன் பெறுவது எடுத்துக்காட்டின் படி ஒரு பணியை நாம் செய்கிறோம் என்றால் அந்த பிரிவில் அந்த இடத்தில் நமக்கு தேவையான கல்வியை பயன்படுத்திக் கொள்ளலாம்.

கல்வியைப் பயன்படுத்தும் பொழுது அதனால் பின் விளைவுகள் ஏற்படுமா? கல்வியை புரியாமலோ அல்லது தவறாக பயன்படுத்தினாலோ தான் அதன் பின்விளைவுகள் ஏற்படும்.

அதை பயன்படுத்த வேண்டியது அவசியமா? படிக்காதவர்கள் என்றால் உழைத்துதான் உண்ண வேண்டும், கல்வியறிவும் மன உறுதியும் இருந்தால் கல்யை கூட கரைக்க முடியும். அதனால் கல்வி நாம் அவசர தேவைக்கு பயன்படும்.

அதை கற்றுக் கொடுத்தவர் யார்? நாம் கல்வி அறிவை வளர்த்துக் கொள்ள முக்கியமான தூண்கள் ஆசிரியர்களும், பெற்றோர்களும் தான். அவர்கள் வீட்டில் கஷ்டங்கள் இருந்தாலும், அவர்கள் எந்த ஒரு முக மாற்றமும் இல்லாமல், மகிழ்ச்சியுடன் கற்றுக் கொடுப்பார்கள். எனவே தான் தாய் தந்தை குரு என மூவரும் தெய்வத்திற்கு சமமாவார்கள்.

கல்வியை கற்றுக் கொள்ள எத்தனை முறைகள்! இத்தகைய உழைப்பு மிக்க பயன்படத்தக்க இனிமையான, சிறப்புடன் கற்ற கல்வி பொக்கிஷத்தைவிட மேலானது. இது உங்கள் கையில் கிடைத்தால் பயன்படுத்துவீர்களா? மாட்டீர்களா?

கல்வி அறிவை வளர்த்துக்கொண்டால்,
காற்றைக் கூட கையில் பிடிக்கலாம்!
கல்லைக் கூட உருக்கலாம்,
உயரத்திலுள்ள கல்வியை படித்தால்,
நாமும் உயர்ந்த வானத்தில் பறக்கலாம்!
கல்வியே பொக்கிஷம்!
அதனைப் கற்றவனே பொக்கிஷத்தை பெற்றவன்!

கா. யாஷிகா

கல்வி கற்க தேவையானவை :

இன்றைய காலகட்டத்தில், கல்வி கற்பது என்பது மிகவும் இன்றியமையாத ஒன்றாகும். அத்தகைய கல்வியைப் ஒருவர் சிறந்த முறையில் பெறுவதக்கு, பின்வருவவை எல்லாம் தகுந்த வழியில் தேவைப்படுகிறது..

ஆசிரியர்கள் :
"குருவை வணங்காதவன்
குணத்தில் குறையானவன்"

கல்வி கற்க தேவையானவை என்றாலே நமக்கு முதலில் நினைவிற்கு வருவது ஆசிரியர்கள் தான். ஒவ்வொரு மாணவருக்கும் எந்த முறையில் பாடம் கற்பிக்க வேண்டும் என்று அறிந்து, அதற்கேற்ற வகையில் அனைவருக்கும் கல்வி வழங்குபவர் ஆசிரியர்.

மதியின் ஆகாரம்

புத்தகத்தில் இருக்கும் பாடத்தை மட்டும் இல்லாமல் வாழ்க்கை பாடத்தையும் அவர் கற்றுத் தருவார். மாணவர்களுக்கு மதிபெண்கள் எடுக்க கற்றுத் தருவது மட்டுமே இல்லாமல், ஒழுக்கம், பண்பாடு, கலாச்சாரம் என அனைத்தையும் கற்பிப்பது ஆசிரியர்.

"சுடர் விளக்காயினும் தூண்டுகோல் வேண்டும்" என்னும் பழமொழிக்கு ஏற்ப பல மாணவர்களின் திறமைகளை வெளிக்கொண்டு வந்து அதை மெழுகேற்றுவதும் ஆசிரியர்கள் தான்.

பெற்றோர் :

பெற்றோரின் ஆதரவின்றி ஒருவர் கல்வி பெறுவது மிகவும் கடினம். சில மாணவர்கள் பெற்றோர் இல்லாமல் நல்ல கல்வியைய பெறலாம். ஆனால், பல இடங்களில் பெற்றோரின் ஆதரவும், அக்கறையும், அன்பும் தேவைப்படுகிறது, சில இடங்களில் பெற்றோர் கொடுக்கும் அழுத்தமும், அதட்டலும் கூட தேவைப்படுகிறது.

பணம் :

இன்றைய காலகட்டத்தில், கல்விக்கு மட்டும் அல்ல ஏனைய அனைத்து தேவைகளுக்கும் மிகவும் முக்கியமானது. என்ன தான் ஆரசாங்கம், பல திட்டங்களை அறிவித்தாலும், இலவச கல்வி தறுவதாக கூறினாலும், கல்விக்குத் தேவையான உபகரணங்கள் வாங்குவும், தரத்தை உயர்த்தவும் பணத்தின் தேவை இருந்தே தான் ஆகிறது.

சூழல்:

முழுமையான முறையான கல்வியை ஒருவர் பெறுவதற்கு கால சூழலும் மிகவும்

அவசியம். தங்களின் சூழ்நிலையால் கல்வி கற்க முடியாதவர்கள் பலர் உண்டு, பிடித்த கல்வி கற்க முடியாதவர்கள் உண்டு, பாதியிலேயே கல்லியைக் கைவிடும் நிலை ஏற்பட்டவரும் உண்டு. அதனால் சரியான சூழ்நிலையை அமைத்துக் கொள்வது அவசியம்.

அரசாங்கம் :

பல ஏழை மாணவர்களுக்கு கல்வி கற்க உதவியாக இருப்பது அரசாங்கம் தான். அன்று காமராசர், அரசு பள்ளிகளைத் திறக்காமல் இருந்திருந்தால், இன்று இருக்கும் இந்த கல்வி நிலை மிக பெரிய கேள்விக்குறிதான். அரசின் திட்டங்கள் கல்வியை மேம்படுத்துவதாகவும் உயர் கல்வி வழங்குவதாகவும், ஏழைகளைப் படிக்க ஊக்குவிப்பதாகவும் இருத்தல் வேண்டும்.

இவை அனைத்தும் ஒருவர் முழுமையான கல்வி கற்று முறையான வாழ்க்கை வாழ இன்றியமையாதவை. அனைவரும் கல்வி கற்க வேண்டும்...! கல்வியால் தமிழகம் தலை நிமிர வேண்டும்...!

- தமிழரசு கா

அழியாச் செல்வம் :

நம் அச்சத்தைப் போக்கி மடமைகளை அழிக்கும் ஒரே ஆயுதம் கல்வி மட்டுமே. இன்றைய உலகில் இன்றியமையாத ஒன்றாக இருப்பது கல்வியே ஆகும். **'கண்ணுடைய ரென்பவர் கற்றோர் முகத்திரண்டு புண்ணுடையார் கல்லா தவர்' – (குறள் – 393)** என்கின்றார் வள்ளுவப் பெருந்தகை. அதாவது கற்றவர் மட்டுமே கண்ணுடையவர்களாக கருதப்படுவர். கல்வி கற்காதவர்கள் கண்ணிருந்தும் முகத்திரண்டு புண்ணுடையவர்களாக கருதப்படுவர் என்பதே இதன் முக்கிய கருத்தாகும். மனிதராய் பிறந்த ஒவ்வொருவருக்கும் கல்வி மிகவும் அவசியமானது. கல்வி ஒன்றுதான் பிறப்பிலிருந்து இறப்புவரை ஒரு மனிதனுக்கு பின்தொடர்ந்து வரக்கூடியது. கல்வி என்பது இவ்வுலகில் பெரிதாக மதிக்கப்படும் முக்கியமான ஒன்று. 'உலகை மாற்றக்கூடிய சக்திவாய்ந்த ஆயுதம்' என்பது நெல்சன் மண்டேலாவின் கருத்து. ஒரு மரத்திற்கு எப்படி அதன் வேர் முக்கியமோ அதேபோன்று மனிதனின் இன்றைய வாழ்வில் கல்வி என்பது ஓர் அடிப்படை மற்றும் அத்தியாவசியத் தேவையாக மாறிவிட்டது. இக்கட்டுரையில் கல்வியின் சிறப்பு பற்றி விரிவாகக் காணலாம்.

கல்வியின் அவசியம்:

> தொட்டனைத் தூறும் மணற்கேணி மாந்தர்க்குக்
> கற்றனைத் தூறும் அறிவு – (குறள் - 396)
>
> மணலிலே தோண்டும் கிணற்றில், தோண்டிய அளவுக்கே நீர் ஊறும்; மாந்தர்க்கும் அவரவர் முயன்று கற்றதன் அளவுக்கே அறிவும் ஊறிச் சுரக்கும்.

'பிச்சை புகினும் கற்கை நன்றே' என்கின்றார் ஒளவையார். எவ்வளவு கடினப்பட்டாவது கல்வியைப் பெற்றுவிட வேண்டும் என்ற கருத்து ஆதிகாலம் முதல் தொன்றுதொட்டே வலியுறுத்தப்பட்டு வருகின்றது. ஒருவரிடம் எவ்வளவு பணம் இருந்தாலும் அதனை கணக்கு வைத்துக் கொள்ளவும், நல்ல காரியத்திற்கு பயன்படுத்தவும் கல்வி அறிவு மிக அவசியமானதாக உள்ளது. ஒரு வீட்டில் உள்ள வறுமையை போக்கவும், நாட்டை அபிவிருத்தி செய்யவும் கல்வியறிவு மிகவும் முக்கியமானதாகும். செல்வத்துள் சிறந்த செல்வம் கல்விச் செல்வமாகும். கல்வி நம வாழ்வில் முக்கிய பங்காற்றுகிறது. கல்வி கற்று வாழ்க்கையில் வளம் பெறுவதற்காகப் பள்ளிக்குச் செல்கிறோம். நாம் வாழ்வில் எவ்வளவு கற்கின்றோமோ அந்த அளவுக்கு தான் அறிவு வளரும். மனிதனின் அறிவுக் கண்களைத் திறந்து வைக்கும் சக்தி கல்வி ஒன்றுக்கு தான் உள்ளது.

மேலும், கல்வியானது ஏழை, பணக்காரன் என்ற எவ்வித வேறுபாடும் இல்லாமல் அனைவருக்கும் கிடைத்த சொத்தாகும். இச்சொத்தை எவராலும் என்றும் அழிக்க முடியாது. அறிவுடை ஒருவனை அரசரும் விரும்புவர்.

கரையில்லாத கல்வியைக் குறையில்லாமல் கற்றால் உலகம் நம்மை வாழ்த்தி வணங்கும். எந்த சூழலிலும் ஒருவர் கற்ற கல்வியானது புகழுறவும், போற்றப்படவும் கைகொடுக்கும் என்பது திண்ணம். மேலும், கல்வியில் சிறந்து விளங்கினால் பகைவரும் நட்பு கொள்ள விரும்புவர். இதனால், இந்த உலகமே நம் வசப்படும் என்றும் கருதலாம்.எனவே, அனைவருக்கும் கிடைத்த கல்வியை உரிய வகையில் பயன்படுத்திக் கொண்டால், வாழ்வே மிகப் பெரிய பொக்கிஷமாக மாறிவிடும். வாழ்வில் உணவு எவ்வளவு அவசியமோ, அதனை விட கல்வி பல மடங்கு அவசியமாகும்.

கல்வியின் சிறப்புகள்:

எண்ணென்ப ஏனை எழுத்தென்ப இவ்விரண்டும்
கண்ணென்ப வாழும் உயிர்க்கு – (குறள் – 392)

'எண்' என்று சொல்லப்படுவதும், 'எழுத்து' என்று கூறப்படுவதும், என்னும் இவை இரண்டும், இவ்வுலகில் வாழும் உயிர்களுக்கு 'கண்' என்பார்கள்.

'மன்னரும் மாசறக்கற்றோரும் சீர்தூக்கின் மன்னனிற் கற்றோன் சிறப்புடையன் மன்னனிற்கு தன் தேசமில்லாமல் சிறப்பில்லை, கற்றோர்க்குச் சென்ற இடமெல்லாம் சிறப்பு'

கல்வியின் பெருமையை மூதுரை இவ்வாறு குறிப்பிடுகின்றது. அதாவது ஒரு நாட்டின் மன்னனையும், நன்றாக கற்றறிந்த ஒருவரையும் ஒப்பிட்டுப் பார்ப்பதால் மன்னனை விட கற்றவரே சிறப்புடையவராக கருதப்படுவார். ஏனென்றால், மன்னனிற்கு தனது நாட்டை விட வேறு இடத்திற்கு சென்றால் சிறப்பில்லை. கற்றறிந்த

ஒருவருக்கு செல்கின்ற இடமெல்லாம் சிறப்பே வரும். இதுவே கல்வியின் சிறப்பாகும்.

படிக்காமல் இருப்பதனை விட பிறக்காமல் இருப்பதே மேல் என்கின்றார் பேரறிஞர் பிளாட்டோ. ஒரு மனிதன் கல்வியை கற்காமல் இருப்பானானால் அவனது பிறப்பிற்கே எந்தவித அர்த்தமும் இல்லை. கற்றவர்கள் எப்போதும் சமூகத்தில் உயர்ந்த இடத்திலேயே மதிக்கப்படுகின்றனர். ஒருவரிடம் எவ்வளவு தான் செல்வங்கள் கொட்டிக்கிடந்தாலும் கல்விச் செல்வம் இல்லையேல் அவரிடம் உள்ள ஏனைய செல்வங்களுக்கு ஈடு எதுவுமில்லை. கல்வி கற்பதால் நாம் நம் வாழ்க்கையில் உயர்ந்த நிலைக்குச் செல்லவும், நல்ல வேலைக்குச் செல்லவும், முக்கியமாக ஒரு பெண்ணானவள் சமுதாயத்தில் மதிப்புடன் வாழ கல்வியானது தணை நிற்கின்றது.

கல்வியில் உயர்ந்தவர்கள்:

உவப்பத் தலைக்கூடி உள்ளப் பிரிதல்
அனைத்தே புலவர் தொழில் – (குறள் – 394)

எல்லாரும் மகிழும் வகையிலே கூடியிருந்து, 'இனி என்று மீளக் கூடுவோம்' என்று எண்ணும் படியாகப் பிரிதல் கல்வியறிவினரது செயல்வங ஆகும்.

சிறந்த கல்வி ஒரு மனிதனை உயர்ந்த இடத்திற்கு இட்டுச் செல்லும். இந்த உலகத்தில் கல்வியால் உயர்ந்தவர்கள் பலரை உதாரணமாக குறிப்பிடலாம். அவர்களுள் டாக்டர் அப்துல்கலாம், அரிஸ்டாட்டில், அம்பேத்கர், ஆபிரகாம் லிங்கன், பிளாட்டோ மற்றும் சாக்கிரட்டீஸ் போன்றோர்கள் குறிப்பிடத்தக்கவர்களாவர். உலகின் முதலாவது தத்துவஞானியாக போற்றப்படுகின்ற சாக்கிரட்டீஸ், அவர் நஞ்சூட்டப்படும் வரை புத்தகங்களை

படித்துக் கொண்டுதான் இருந்திருக்கின்றார். அவர் கற்ற கல்விதான் அவரை அறிவியலாளராக மாற்றியது. அப்துல் கலாம் சிறுவயதில் இருந்தே கல்வி மேல் கொண்ட ஆர்வம் தான் அவரை விஞ்ஞானியாக உருவாக்கி, உலகம் கொண்டாடும் மனிதராக மாற்றியது. பழம்பெரும் புலவரான ஒளவையார் தமிழ்கல்வி மீது புலமை கொண்டமையே அவரை இன்றளவும் தமிழ் உலகம் நினைவு வைத்திருக்க காரணமாகியது.

யாதானும் நாடாமல் ஊராமால் என்னொருவன் சாந்துணையுங் கல்லாத வாறு – (குறள் – 397)

கற்றவர்க்கு எல்லா ஊரும், நாடும் அவர்கள் ஊர்தான், நாடுதான். எனவே, ஒரு மனிதன் சாகும்வரை நல்ல நூல்களை இடைவிடாமல் கற்க வேண்டும்.

இலக்கியங்களில் கல்வி:

செம்மொழி இலக்கியங்களில் கல்வி பற்றிய செய்திகள் பல காணப்படுகின்றன. சங்க காலத்தில் கற்றறிந்த புலவர்கள் அவையாகத் தமிழ் சங்கங்கள் அமைந்திருந்தன. பெண்பாற் புலவர்கள் முப்பதுக்கும் மேலாக இருந்தமைக்கான சான்றுகள் உள்ளன. இவ்வகையில் கல்வி நிலையில் சிறப்புற்ற சமுதாயமாக இரண்டாயிரம் ஆண்டுகளுக்கு முன்னதாகவே தமிழினம் இருந்துள்ளது. பண்டைய இலக்கணமான தொல்காப்பியத்தில் கல்விப் பற்றிய செய்திகள் காணப்படுகின்றன.

'ஓதல் பகையே தூதுவை பிரிவே' – அகத்திணையியல் – 27,
'ஓதலும் தூதும் உயர்ந்தோர் மேன' – அகத்திணையியல் – 28.

ஆகிய நூற்பாக்கள் கல்வி சார்ந்த செய்திகளை அளிக்கும் நூற்பாக்கள் ஆகும். சங்க காலத்தில் பலரும் கல்வி கற்றிருந்தனர். கணியன், கூலவணிகன், பாணன், பொருநன், புலவன் போன்ற பல பிரிவினர் கல்வி கற்றிருந்தனர். கல்வி பற்றிய பல குறிப்புகள் சங்க இலக்கியங்களில் காணப்படுகின்றன. ஆரிய அரசன் பிரகதத்தனுக்கு தமிழ் அறிவித்தல் பொருட்டு கபிலர் குறிஞ்சிப் பாட்டின் வழி எழுதினார் என்ற செய்தி அக்கால கல்வி நடைமுறையைக் காட்டுவதாக உள்ளது.

'தள்ளாப் பொருள் இயல்பில்
தண்தமிழ் ஆய்வந்திலார்'
'தமிழ் நிலைபெற்ற தாங்கரும் மரபின்
மகிழ்நனை மறுகின் மதுரை' என்று சிறுபாணாற்றுப்படை சங்க காலத்தில் தமிழ்கல்வி சிறந்திருந்தமையைக் காட்டுகிறது.

பெண்கல்வி:

அக்காலத்தில் பெண்களை மலர்களுக்கு ஒப்பிடும் வகையில் 'பூவையர்' என்றும், தெய்வத்திற்குச் சமமாக மதித்து தெய்வங்களின் பெயர்களுடன் இணைத்து வைத்துப் போற்றினர். கல்வியினால் தான் பெண்கள் முன்னேற முடியும் என்பதற்கு பெரியோர்கள் சிலர் பாடுபட்டனர். அதன் மூலம் வெற்றியும் கண்டனர். பெண்களின் கல்வி என்பது பெண்கள் கல்வி பெறுவதற்கான உரிமை, அதன் நிலைமை, தடைகள், எதிர்காலம் போன்ற பல விடயங்களைக் குறிக்கும். வரலாற்றின் பெரும் பகுதியில், அநேக சமூகங்களில் பெண்கள் ஆண்களுக்கு நிகரான கல்வி பெறும் வாய்ப்பைப் பெறவில்லை. 19ஆம், 20ஆம் நூற்றாண்டில் வளர்ச்சி பெற்ற பெண்ணிய இயக்கம், அனைவருக்கும் கல்வி என்ற கோட்பாடு போன்றவை பெண்களுக்கு சம கல்வி வாய்ப்புக்களை ஓரளவு ஏற்படுத்தித் தந்தன.

உடையார்முன் இல்லார்போல் ஏக்கற்றுங் கற்றார்
கடையரே கல்லா தவர் – (குறள் – 395)

செல்வர் முன் வரியவர் ஏங்கி நிற்பது போலக்
கற்றவர் முன்னே ஏங்கிப் பணிந்து நின்றாவது கல்வி
கற்றவரே உயர்ந்தவர்; கல்லாதவர் இழிந்தவர் ஆவர்.

இன்று சில மேற்குநாடுகளில் இந்த வாய்ப்புகளைப் பயன்படுத்தி பெண்கள் ஆண்களை விட கூடுதலான அதி உயர்கல்வியைப் பெறுகிறார்கள். ஆனால், இன்னும் பல நாடுகளில் பெண்களின் கல்வி ஆண்களை விடப் பின்தங்கியதாகவே உள்ளது. இதற்கு சிறந்த எடுத்துக்காட்டு இந்தியா ஆகும். கடைசிக் கணக்கெடுப்பின் படி இந்தியாவில் **53.63%** பெண்கள் மட்டுமே படிப்பறிவு பெற்றவர்கள், ஆண்கள் ஏறத்தாழ **20%** விட அதிகமாக **75.26%** கல்வியறிவு பெற்றவர்களாக உள்ளனர். எனவே, ஆண்களுக்கு நிகரான கல்வியறிவில் பெண்களும் இருக்க வேண்டும் என்பதே இதன் முக்கிய கருத்தாகும்.

கல்வியின் பயன்கள்:

ஒருமைக்கண் தான்கற்ற கல்வி ஒருவற்கு
எழுமையும் ஏமாப் புடைத்து – (குறள் - 398)

ஒரு பிறவியிலே தான் கற்ற கல்வியானது, ஒருவனுக்குத் தொடர்ந்து வரும் ஏழு பிறப்புக்களிலும் அவனைப் பாதுகாக்கும் சிறப்புடையது ஆகும்.

கல்வி ஒரு மனிதனை முழுமையானவன் ஆக்குகின்றது. கல்வியானது கள்வர்களால் திருட முடியாத, நிலையாக வாழ்க்கை முழுவதும் தொடரக் கூடிய ஒரு செல்வமாகும். 'இளமையில் கல்வி சிலையில் எழுத்து' என்கிறது ஆத்திசூடி.

அதாவது இளமையில் கல்வியை நன்றாக கற்கும் போது அக்கல்வியானது நம்மை உயரிய இடத்திற்கு இட்டுச் செல்லும், உயர்ந்த பதவிகளைப் பெற்றுத் தரும். ஒருவர் சிறந்த கல்வியைப் பெற்று உயர்ந்த பதவிகளை பெறும் போது பொருளாதார ரீதியாகவும் அவரது வாழ்க்கைதரம் உயர்வடைகின்றது.

கல்வி கற்றவன் எந்த இடத்திற்கு சென்றாலும் அவன் பிற சமூகத்தால் மதிக்கப்படுகின்றான். இதற்கு காரணம் அவன் கற்ற கல்வியே ஆகும். ஒருவனுடைய தலையெழுத்தை அல்லது குடும்பத்தின் சூழ்நிலையை மாற்றி அமைப்பது கல்வி ஒன்றே. மேலும், கல்வி தொழிலுக்கு வழி காட்டுகிறது. ஒருவன் தான் எவ்வளவு கல்வி கற்றாலும் அதனை செயல் வடிவில் தக்க வைத்துக் கொள்ள வேண்டும்; அப்போது தான் அவன் கற்ற கல்வியின் பயன் அவனுக்கு கிடைக்கும்.

கல்வி நிலையானது; காலத்தைக் கடந்து வாழ்வது; அறிவைத் தருவது; ஆற்றலைப் பெருக்குவது; மனிதனை மனிதனாக்குவது. இவ்வுலகில் எத்தனையோ பெருமன்னர்கள் ஆண்டனர். இன்று அவர்கள் எங்கே? ஆண்ட அரியணைகள் எங்கே? அவை அனைத்தும் காலதேவன் தன் குடும்பசிக்கு உணவாக்கிக் கொண்டான். ஆனால், இன்று கல்வியில் வல்ல கம்பர் வாழ்கிறார். காளிதாசர் இருக்கிறார். வள்ளுவரின் திருக்குறள் வாழ்கிறது. கவிபேகரின் ஹோமர் காவியம் கவினுறக் காட்சியளிக்கிறது. சேக்ஸ்பியரின் செழுமை மிகு நாடகங்கள் உலவுகின்றன. இவையெல்லாம் காலங்காலமாக மக்களிடம் உள்ள வரை இவ்வுலகில் வாழும் பேறு பெற்றவை. போற்றிப்புகழும் திறம்

மதியின் ஆகாரம்

வாய்ந்தவை. எனவே, கல்வி உலகில் உள்ள செல்வங்கள் அனைத்திலும் தலைசிறந்தது.

**'வெள்ளத்தின் பெருக்கைப்போல் கலைப்பெருக்கும்
கவிப்பெருக்கும் மேவுமாயின்
பள்ளத்தில் வீழ்ந்திருக்கும் குருடரெல்லாம்
விழிப்புற்றுப் பதவிகொள்வர்'**

என்று பாட்டுக்கொரு புலவன், பாரதியின் பாராட்டைப் பெறுங்கள். தேரோட்டமென வாழ்வில் தெளிவும், மகிழ்வும் கூத்தாடும். வாழ்க கல்வி. **'கற்க கசடற கற்பவை கற்றபின்**

நிற்க அதற்குத் தக – (குறள் – 391) - இக்குறளில் துணைக்கால்களைக் காண முடியாது. அதுபோல எவருடைய துணையும் இல்லாமல் ஒருவன் தன் சொந்த காலில் நின்று சொந்தமாக, சுயமாக உழைப்பதை இக்குறட்பா மறைமுகமாக விளக்குகின்றது.

- ர. லோஹிதா

வாழ்விலுள்ள கல்வியின் சிறப்புகள் :

கல்வி:

கல்வி என்பது அனைவரின் வாழ்விலும் முக்கியமானது. கல்வி இல்லையென்றால் நாம் இல்லை.கல்விகற்க முடியவில்லையென்றாலும் ஆரம்ப கல்வி என்பது கட்டாயமானது. வரவுகளை பார்க்க கணக்கறிவு என்பது வேண்டும்.

கற்கால கல்விகள் :

ஆதிகாலத்தில் மாணவர்கள் ஆசிரியர் இல்லத்திற்குச் சென்று கல்வி கற்க வேண்டும். அது மட்டுமல்ல ஆசிரியர் கூறும் வேலைகளைச் செய்ய வேண்டும். அக்காலத்தில் ஆண்கள் மட்டுமே கல்விக்கற்றனர்.

இடைக்கால கல்விகள்:

ஆண்கள் மட்டுமே கற்கும் காலத்தில் இருந்து சிறிது மாற்றம் அடைந்து பெண்களும் கல்வி கற்றனர். ஆசிரியர் இல்லத்திற்கு சென்று கல்வி கற்கும் நிலையிலிருந்து சிறு மாற்றமடைந்து பள்ளிகூடங்களில் கரும்பலகையையும் சுண்ணாம்புகற்களையும் கொண்டு ஆசிரியர்கள் பாடம் புகட்டினார்கள்.

தற்போதைய கல்வி முறைகள்:

தற்போது இருக்கும் நிலையில் அனைவருக்கும் பாடம் கற்பிக்கின்றனர்.ஆண், பெண்,மூன்றாம் பாலினத்தவர்,ஊணமுற்றோர்,பார்வையற்றோர் என அனைவரும் கல்வி கற்கின்றனர். பாடம் கற்பிக்கும் முறைகள் அனைத்தும் தொழில் நுட்பங்களால் உருவாக்கப்பட்ட கருவிகளைக் கொண்டு பல்வேறு வகைகளில் பாடங்களை எளிதில் புரியும்படி ஆசிரியர்கள் பாடம் புகட்டுகிறார்கள்.

மதியின் அறிவு:

மதியின் ஆகாரம்

மதி என்றால் அறிவு, அதன் உணவு என்பது கல்வி .கல்வியின் ஞானமின்றி எவரும் இவ்வுலகில் வாழ்வது சாத்தியமில்லை. என்றும் அழியாத ஓர் சிறப்புடையது நம் மதியின் ஆகாரம் .பெற்றோர்களை வாழ்த்தும் தருனமும் பெருமை படும் தருணமும், அவரது குழந்தைகளின் மதியின் அறிவினால் மட்டுமே ஏற்படுகிறது.

ஆகாரத்தின் சிறப்பு:

ஆகாரம் என்றால் உணவு.உணவின்றி உலகில் உயிர் வாழ்வது என்பது மிகவும் கடினம்

"உணவின்றி வாழ்வதும்
தியின்றி வாழ்வதும்
வாழ்க்கையில் கடினம்".

கல்வியில் அரசின் பங்கு:

குழந்தைகள் பலர் குடும்பத்தின் சூழ்நிலையால் கல்வி கற்க முடியாமல் பணிக்கு செல்பவர்களுக்கு அரசு அனைவருக்கும் கல்வி இலவசம் என்று அரசு பள்ளிகளை அமைத்து அனைவருக்கும் மதிய உணவு திட்டத்தை அமல்படுத்தினர்.இத்திட்டத்தால் அனைத்து குழந்தைகளும் பசியின்றி கல்வி கற்றனர்.

"பசியின் மயக்கம் தெளிந்து
கல்வியில் மயக்கம் கொண்டனர்".

கல்வியின் சிறப்பு:

கல்வி என்பது வாழ்வில் பல பாடங்களை புகட்டுகிறது பாடப்புத்தகத்தில் வரும் அனைத்து பாடங்களின் அறிவுகளும் வாழ்வின் இறுதிவரை அழியாமல் நினைவூட்டும் வாழ்க்கை முறைகள்.

"கல்வியின் அறிவின்றி வாழ்பவன்
கதர் நிலத்திற்கு நிகரானவன்".

- மு. ஹர்ஷினி

கல்வியின் சிறப்புகள் :

கற்க கசடற கற்பவை கற்றபின்
நிற்க அதற்கு தக

அதற்கு தகுதியான நூல்களை இல்லாமல் கற்க வேண்டும். அதன் பின்னர் கற்ற கல்வியின் தகுதிக்கு தகுந்த படி நடக்கவும் வேண்டும் என்ற வள்ளுவர் பொருளுக்கு ஏற்ப மற்றவர்கள் எல்லோரும் சான்றோர்களே!!!..

கல்வி என்பது மனித வாழ்வின் முக்கியமான ஒன்று என்பது நமக்கு தெரியும், எனவேதான் கல்வி கண் போன்றது என சொல்லப்படுகிறது கல்வி என்பது பள்ளிக்கு செல்வது பட்டம் பெறுவது மட்டுமல்ல கல்வி என்பதே நமது அறிவை வளர்ப்பது வாழ்வின் உண்மைகளை அறிந்து வாழ்வது ஆகும் என்று புகழ்பெற்ற அறிஞர் சகுந்தலாதேவி குறிப்பிடுகிறார்.

மேல்நாட்டில் அவர்கள் கற்கும் கல்வி பயனுள்ளதாகவும் ஆக்கபூர்வமான தாகவும் அறிவில் சிறந்து விளங்குகின்றனர். இதனால் நம் நாட்டு கல்வியின் குறை கூறவில்லை நம் கல்வி முறையில் இன்னும் சில திருத்தங்கள் இருந்தால் நம் சிந்தனைகள் எல்லாம் எட்டிப்பிடிக்க முடியும். கல்வி எதற்கு என்று பலர் வினவுகின்றனர். ஒரு மனிதன் கல்வி என்பதை எப்போது முழுமையாக கற்று தேர்ந்து கொள்கிறானோ அப்போதுதான் சிறந்தவனாக விளங்குகிறான், ஒரு வழிகாட்டியாக திகழ்கிறான்.

உன்னை காத்துக்கொள்ளும் கடவுள்

மதியின் ஆகாரம்

நீயே!!! கல்வி கற்றிருந்தால்.....

கல்வி கற்ற ஒருவரால் மட்டுமே மூட பழக்க வழக்கங்களிலிருந்து விடுபடுவோம் கல்வி அறிவு கொண்டு வாழ்வில் முன்னேற முடியும். இன்றைய காலகட்டத்தில் உனக்கு உணர்வைத் தருவதும் கல்வியே! கல்வி ஒரு மனிதனை மேம்படுத்தும், பழக்கவழக்கங்களை எல்லாம் நன்றாக அமைத்து கற்றுக்கொள்ள செய்யும்.

நாம் இன்னும் செய்முறைகளில் கற்றுத் தேர்ந்தால் வாழ்க்கையே பிரகாசமாய் மாறும். இக்காலத்திலும் கல்வி என்பது அவசியமானது என்று கருதி கிராமப்புறங்களில் பல தன்னார்வலர்கள் நகரும் நூலகங்கள் முதலானவை செய்து கல்வி கற்க உறுதுணை புரிகின்றனர். கல்வி என்பது நாம் படிக்கும் பாட புத்தகம் மட்டுமில்லாது பல வரலாறு, அறிவியல் கலைகள், இலக்கியங்கள், புராணங்கள், முதலியவைகளைப் படித்து பல விஷயங்களை அறிந்து கொள்ளுதல் ஆகும். கல்வி கற்பவன் வாழ்வியல் நெறிமுறைகளை வகுத்து சிறந்த மனிதனாக வருவான்.

காணாத இலக்கியங்கள்
கண்டெடுத்த பொக்கிஷங்கள்
வாழ்வின் இன்பங்களே!!!!!

வாழ்வு என்பது ஒரு மனிதனால் சுயமாய் சிந்தித்து முடிவெடுக்க முடியும் என அறிந்து கொள்வான். இமைக்காநொடிகள் கொண்டு எழுத்துக்கள் எல்லாம் உன் வாழ்வை படிப்படியாக செதுக்கிய செம்மைப்படுத்தும் என உணர்ந்து கொள்ள வேண்டும்.

கல்வியின் பொருளை உன்னை நீ உணர்வாய், வானத்திலே காலங்கள் மாறினாலும் கல்வி நிலையானதே. அழிவுகள் பலவிதமாய் ஊற்றெடுக்க, தினமும் நேசி கல்வியை! உன் வழிகளை கொஞ்சம் பக்கங்களில் காணிக்கையாக செலுத்தி வை. சில காலங்களில் அதன் பலன் வாழ்வின் வர்ணஜாலம் ஜொலிக்கும்! அவனை

நேசித்து நேசித்து தேர்ந்தவனாக இன்னும் பல பேரை தேர்ந்தவர்களாக மாற்ற உழைத்து உயரிய இடத்தில் கற்றாலும் கற்பித்தலே நம் வாழ்வில் நடைபெறும் இன்பமே! இன்பமாய் இனிக்கும் தேன் மெய்மறக்கும் வாழ்வை கழிக்கும் தேவாமிர்தம் தேடல் உணர்வை தூண்டும் தூண்டுகோல். உண்மையாக நேசிக்கும் போது உன் கால்கள் பயணத்தை தொடரும் நூல்களை நோக்கி!!!!!....

கற்று தேர்
கற்பித்து வாழ்,
அடையா ஆனந்தம் அடைவாய்!!!!

-   **Kavithapythogras**

மருத்துவக் கல்வி :

தமிழில் மருத்துவக் கல்வி என்பது தமிழ் மொழியின் ஊடாக மருத்துவத் தகுதிக்கான படிப்பினைக் குறிக்கிறது. தமிழில் சித்த மருத்துவக் கல்வி நெடுங்காலமாக இருந்து வருகிறது. இன்றும் இலங்கையிலும் இந்தியாவிலும் சித்த மருத்துவக் கல்வியை தமிழில் கற்கலாம்.

தற்கால மருத்துவக் கல்வியை யாழ்ப்பாணத்தில் 1855 இல் சாமுவேல் ஃபிஸ்க் கிறீன் முயற்சியால் தொடங்கப்பட்டது. அமெரிக்க மிசனரியான இவர் தமிழில் மருத்துவக் கல்விக்குத் தேவையான பல நூல்களை மொழிபெயர்த்தார். தமிழ்மொழி மூலம் 33 வைத்தியரைக் கற்பித்த பின்பே, அவர் அமெரிக்கா திரும்பினார். எனினும், அங்கிருந்தும் தமிழ் நூல்களை வெளியிடும் பணியைத் தொடர்ந்தார்.

நவீன மருத்துவக் கல்வி பாடத் திட்டங்கள் முழுவதும் தமிழ்வழியில் அமைப்பதற்காக டாக்டர் எம்.ஜி.ஆர் மருத்துவப் பல்கலைக்கழகத்தில் மருத்துவ தமிழ் மேம்பாட்டு அமைப்பு உருவாக்கப்பட்டுள்ளது. மருத்துவம் என்பது நோய்களைக் குணப்படுத்துவதற்கான கலையும், அறிவியலும் ஆகும். இதனை நோய்களைக் கண்டுபிடிக்கவும், அவற்றை குணப்படுத்தவும், அவை வராமல் தடுக்கவும் உதவும் அறிவியல் அல்லது செயல்பாடு எனலாம். இவ்வகைச் செயல்பாடுகள் மூலம் மனிதர்களின் உடல் நலத்தைப் பேணுதல், மீள்வித்தல் ஆகியவற்றுக்காக உருவாக்கப்பட்ட பல்வேறு உடல்நலம் பேணும் செயல்முறைகளை உள்ளடக்கும்.

தற்கால மருத்துவம், காயங்களையும் நோய்களையும் கண்டறிந்து குணப்படுத்துவதற்கு, உடல்நல அறிவியல், உயிர்மருத்துவ ஆய்வுகள், மருத்துவத் தொழில்நுட்பம் போன்றவற்றைப் பயன்படுத்துகிறது. இவ்வாறாக குணப்படுத்தல் பெரும்பாலும், மருந்துகள்,

அறுவை மருத்துவம் மற்றும் பிற சிகிச்சைகள் மூலம் செய்யப்படுகிறது. தற்கால மருத்துவத்துக்கு மருத்துவத் தொழில்நுட்பமும், நிபுணத்துவமும் இன்றியமையாதவை எனினும், நோயாளிகளின் உண்மையான துன்பத்தைக் குறைப்பதற்கு, மனித உணர்வுகளைப் புரிந்து கொள்ளலும், கருணையும் தொடர்ந்தும் தேவைகளாகவே உள்ளன.

மருத்துவக் கல்வி என்பது ஒரு மருத்துவ பயிற்சியாளராக இருப்பது தொடர்பான கல்வி; ஒரு மருத்துவராக மாறுவதற்கான ஆரம்ப பயிற்சி (அதாவது, மருத்துவப் பள்ளி மற்றும் இன்டர்ன்ஷிப்), அல்லது அதற்குப் பிறகு கூடுதல் பயிற்சி (எ.கா., வதிவிட, கூட்டுறவு மற்றும் தொடர்ச்சியான மருத்துவக் கல்வி).

மருத்துவ கல்வி மற்றும் பயிற்சி உலகம் முழுவதும் கணிசமாக வேறுபடுகிறது. கல்வி ஆராய்ச்சியின் செயலில் உள்ள பகுதியான மருத்துவக் கல்வியில் பல்வேறு கற்பித்தல் முறைகள் பயன்படுத்தப்பட்டுள்ளன. மருத்துவக் கல்வி என்பது அனைத்து மட்டங்களிலும் மருத்துவ மருத்துவர்களுக்கு கல்வி கற்பித்தல், மருத்துவக் கல்வியின் சூழலில் குறிப்பாக கல்வியியல் கோட்பாடுகளைப் பயன்படுத்துதல் ஆகியவற்றுக்கான பாடநெறி சார்ந்த கல்வித் துறையாகும்.

பல்கலைக்கழக கவுன்சிலின் கூற்றுப்படி, மருத்துவக் கல்வி என்பது திடமான நெறிமுறைகளை அடிப்படையாகக் கொண்டது மற்றும் மருத்துவம் தொடர்பான சமூகப் பணிகளை திறம்பட செயல்படுத்தக்கூடிய மனித வளங்களை பயிற்றுவிப்பதை நோக்கமாகக் கொண்டுள்ளது. ஒரு டாக்டராக, நீங்கள் குறைந்தபட்ச தேவையான அறிவையும் திறமையையும் பெறுவீர்கள், பட்டப்படிப்பு முடிந்த பிறகும் பொருத்தமான பயிற்றுவிப்பாளரின் கீழ் நேரடி மற்றும் சுயாதீனமான மருத்துவ சிகிச்சையை நடத்துவதற்கான திறனை உங்களுக்குத் தருவீர்கள், மேலும் மருத்துவ ஆராய்ச்சியைப் பற்றிய பணக்கார சிந்தனையும் இது மாறுவதற்கான

மதியின் ஆகாரம்

அடித்தளங்களை வளர்க்கும் என்று கூறப்பட்டுள்ளது எதிர்காலத்தில் மேம்பட்ட அறிவு மற்றும் திறன்களைக் கொண்ட ஒரு மருத்துவர் அல்லது மருத்துவ மருத்துவர், சக்தியையும் படைப்பாற்றலையும் வளர்த்துக் கொள்ளும்போது, மருத்துவ முன்னேற்றத்திற்கு எப்போதும் பதிலளிப்பார்.

ஜப்பானில் தற்போதைய மருத்துவக் கல்வி இந்த தரத்தைப் பின்பற்றுகிறது. மருத்துவப் பள்ளியில் நுழைந்ததும், பல பல்கலைக்கழகங்கள் பொதுக் கல்வி, பொதுக் கல்வி, வெளிநாட்டு மொழி, சுகாதாரம் மற்றும் உடற்கல்வி, மற்றும் அடிப்படைக் கல்வி (கணிதம், இயற்கை அறிவியல் போன்றவை) ஆகிய இரண்டு ஆண்டு கல்வியின் பின்னர் சிறப்புப் படிப்புகளுக்குச் செல்கின்றன. காலத்தை குறைத்து, சிறப்பு பாடங்களை ஆரம்பத்தில் செயல்படுத்தவும். இது ஒருங்கிணைந்த கல்வி என்று அழைக்கப்படுகிறது. சிறப்பு படிப்புகளில், உடற்கூறியல் மற்றும் உடலியல் போன்ற அடிப்படை மருத்துவ அறிவியல், நோயியல் மற்றும் மருந்தியல் போன்ற மருத்துவ அடிப்படை மருத்துவம், மற்றும் மருத்துவ மருத்துவம் மற்றும் சமூக மருத்துவம் போன்றவை ஒரு குறிப்பிட்ட விகிதத்தில், ஒவ்வொன்றும் மொத்தம் 4200 மணி முதல் 4800 மணி வரை வரம்பில் உள்ளன.

வரலாற்று ரீதியாக, ஜப்பானிய மருத்துவக் கல்வி இரண்டாம் உலகப் போர் வரை ஜெர்மன் மொழியாக இருந்தது, அதன் பின்னர் அது அமெரிக்கராக மாறியது என்று கூறப்பட்டது. இந்த வழக்கில், ஜெர்மன் மாதிரி ஒரு விரிவுரையாளரின் எடை, நடைமுறை பயிற்சி, குறிப்பாக மருத்துவ பயிற்சி, மற்றும் பல மருத்துவர்கள் பட்டப்படிப்புக்குப் பிறகு முனைவர் பட்டம் பெறுவதை நோக்கமாகக் கொண்டுள்ளனர். இந்த ஆய்வு மேலாதிக்கமானது மற்றும் மாணவர்கள் பல்கலைக்கழகங்களுக்குச் செல்லும் முறையையும், ஜெர்மனியைப் போல சுதந்திரமாக தேர்ந்தெடுக்கப்பட்ட

சொற்பொழிவுகளையும் பின்பற்றவில்லை. போருக்குப் பிந்தைய அமெரிக்க மாதிரி என்பது மருத்துவப் பயிற்சியை வலியுறுத்துகிறது மற்றும் அது ஒரு மருத்துவர் பயிற்சி என்பதை தெளிவுபடுத்துகிறது. இருப்பினும், கல்வி மருத்துவமனைகள் பெரும்பாலும் பல்கலைக்கழக மருத்துவமனைகளுக்கு மட்டுமே வரையறுக்கப்பட்டுள்ளன, மேலும் மருத்துவக் கல்வியில் சிறிது முன்னேற்றம் காணப்பட்டது. இந்த மையம் விரிவுரைகளில் உள்ளது, அமெரிக்காவைப் போலல்லாமல், வார்டு பயிற்சியில் கிட்டத்தட்ட எந்த மருத்துவ பாடமும் நடத்தப்படவில்லைமருத்துவக் கல்வி என்பது ஒரு மருத்துவ பயிற்சியாளராக இருப்பதற்கான நடைமுறை தொடர்பான கல்வி ஆகும், இதில் ஒரு மருத்துவராக மாறுவதற்கான ஆரம்ப பயிற்சி (அதாவது, மருத்துவப் பள்ளி மற்றும் இன்டர்ன்ஷிப்) மற்றும் கூடுதல் பயிற்சிமருத்துவ கல்வி மற்றும் பயிற்சி உலகம் முழுவதும் கணிசமாக வேறுபடுகிறது. மருத்துவக் கல்வியில் பல்வேறு கற்பித்தல் முறைகள் பயன்படுத்தப்பட்டுள்ளன, இது கல்வி ஆராய்ச்சியின் செயலில் உள்ள பகுதியாகும்

Thirumoorthy.K

மதியின் ஆகாரம்

மொழிபெயர்ப்பு கல்வி:

மொழிபெயர்ப்பு ஒவ்வொரு மொழி சமூகத்திலும் ஒரு துறையில் இல்லாத செழுமையை ஈடு செய்ய வேண்டுமென்றால் மொழிபெயர்ப்பு அவசியமானதாக இருக்கும். மொழிகளுக்கு இடையேயான வேற்றுமைகளை வேற்றுமைகள் ஆகவே நீடிக்க விடாமல் ஒற்றுமைப்படுத்த உதவுவது மொழிபெயர்ப்பு. "ஒரு மொழியில் உணர்த்தப்பட்டது வேறொரு மொழியில் வெளியிடுவது மொழிபெயர்ப்பு என்று என்கிறார்" மணவை முஸ்தபா. "ஒரு மொழி வளம் பெற்று உலகத்துடன் உறவுகொள்ள மொழிபெயர்ப்பு இன்றியமையாததாகும்; உலக நாகரிக வளர்ச்சிக்கும் பொறிளியல் மேம்பாட்டிற்கும் மொழிபெயர்ப்பு ஒரு காரணமாகும்" என்கிறார் மு.கு. ஜெகநாதர்.

மொழிபெயர்ப்பு – தேவை:

மொழிபெயர்ப்பு, எல்லா காலகட்டங்களிலும் தேவையான ஒன்று. விடுதலைக்கு பிறகு நாட்டின் பல பகுதிகளையும் ஒரே ஆட்சியின் கீழ் இணைக்கும் முயற்சி மேற்கொள்ளப்பட்டது. தேசிய உணர்வு ஊட்டுவதற்கும் ஒருமைப்பாட்டையும் ஏற்படுத்துவதற்கும் இந்திய அரசு, மொழிபெயர்ப்பை ஒரு கருவியாக கொண்டது; ஒரு மொழியில் இருக்கும் நூல்களை பிற மொழியில் மொழிபெயர்த்து, பல்வேறு மாநிலங்களில் இருந்த இருக்கின்ற எழுத்தாளர்கள், சிந்தனையாளர்கள் ஆகியோரைப் பற்றிய நூல்களும் வெளியிடப்பட்டுள்ளது. இத்தகைய மொழிபெயர்ப்பு முயற்சிகள் சாகித்ய அகாதமி, தேசிய புத்தக நிறுவனம், தென்னிந்திய புத்தக நிறுவனம் ஆகியவற்றின் மூலம் செய்யப்பட்டுள்ளன. மொழிபெயர்ப்பின் தேவையை உணர்ந்த ஒரு நிகழ்ச்சியை சொல்கிறார்கள். உலகப் போரின்போது அமெரிக்கா, "சரண் அடையாவிட்டால் குண்டு வீசப்படும்"

என்ற செய்தியை ஜப்பானுக்கு அனுப்பியதாகவும் அதற்கு ஜப்பான்,'மொகு சாஸ்டு' என்று விடை அனுப்பியதாகவும் கூறுவர். அந்த தொடரின் பொருள் தெரியாமல் அமெரிக்கா, ஹிரோஷிமாவில் குண்டு வீசியது என்று சொல்கிறார்கள். அந்த தொடருக்கு பொருள் என்னவென்றால், 'விடை தர அவகாசம் வேண்டும்' என்பதாகும். ஆனால் அதற்கு அமெரிக்கர்கள், 'மறுக்கிறோம்' என்று பொருள் கொண்டதாகவும் கூறுகின்றன. இது உண்மையாக இருந்தால், மொழிபெயர்ப்பு சரியாக அமையவில்லை என்றால் காலத்திற்கும் அழிவு தரும் களங்கம் நேர்ந்தது எனலாம்.

மொழிபெயர்ப்பு - கல்வி:

மொழிபெயர்ப்பை கல்வியாக ஆக்குவதன் மூலம் நம் அனைத்துலக அறிவையும் எளிதாக பெற இயலும்; பல அறிவுத் துறைகளிலும் தொழில் துறைகளிலும் வெளிநாட்டார் எதிர்பார்க்காமல் அனைத்தையும் உருவாக்கிக் கொள்ள முடியும்; மனித வளத்தை முழுமையாக பயன்படுத்த முடியும்; வேலைவாய்ப்பு தளத்தை உருவாக்க முடியும்; நாடு, இனம், மொழி எல்லைகளை கடந்து ஒரு உலக தன்மையைப் பெற முடியும்.

இலக்கிய இறக்குமதி:

பிறமொழி இலக்கியங்களை அறிந்து கொள்ளவும் அவை போன்ற புதிய படைப்புகளை உருவாக்கும் மொழிபெயர்ப்பு உதவுகிறது. இலக்கியம் என்பது தன் அனுபவத்தை எழுதுவது என்றாலும் அது சிறப்பாக இருக்கிறது அனைவரது அனுபவமாகவும் பொது நிலைபெறுகிறது. அத்தகைய போது நிலைபெற்ற இலக்கியத்தை மொழிவேலி சிறையிடுகிறது. மொழிவேலி அகற்றும் பணியை மொழிபெயர்ப்பு செய்கிறது. ஜெர்மன் மொழியில் மொழி பெயர்ப்பின் மூலம் அறிமுகமான

மதியின் ஆகாரம்

சேக்ஸ்பியர், அந்நாட்டு படைப்பாளர் போலவே கொண்டாடப்படுகிறார்.

மொழிபெயர்ப்பு - பயன்:

இது மொழிபெயர்ப்பு காலம். காலையில் எழுந்தவுடன் நாளிதழ் படிப்பு, மொழிபெயர்ப்பு மூலமே நமக்கு சாத்தியமாகிறது. இரவு தொலைக்காட்சியில் காணும் கேட்கும் செய்திகளும் மொழிபெயர்ப்பு மூலமே கிடைக்கின்றன. இடையில் நம் பணிகள் பலவற்றிலும் மொழிபெயர்ப்பின் துணை இருந்து கொண்டேதான் இருக்கின்றது. இன்றைய வளரும் நாடுகளில் அறிவியலை உருவாக்க, அரசியலை உருவாக்க, பொருளியலை, உருவாக்க சமூகவியலை உருவாக்க, இலக்கியத்தை உருவாக்க, மொழிபெயர்ப்பே உதவுகிறது. மொழிபெயர்ப்பு, மனிதர்களையும் நாடுகளையும் காலங்களையும் நெடுஞ்சாலையாக இருக்கிறது; காலத்தால் மொழியால் பிரிக்கப்பட்ட எனது கடந்த காலத்தை எதிர்காலத் உடன் இணைகிறது அது மனித வாழ்வின் ஒரு பகுதியாகவே இருக்கிறது; பல மொழிகளிலும் காணப்படும் சிறப்புகளை எல்லாம் ஒருங்கு சேர்த்து அனைவருக்கும் பொதுமை ஆக்குகிறது.

ஜெர்மனியில் ஒராண்டில் பிறமொழிகளில் இருந்து 5000 நூல்களை மொழிபெயர்க்க படுகின்றன புள்ளிவிவரப்படி அதிகமாகத் தமிழ் நூல்கள் தான் பிற மொழிகளில் மொழி பெயர்க்கப்பட்டுள்ளன வரிசையில் முதலிடம் ஆங்கிலம் இரண்டாம் இடம் மலையாளம் அதை தொடர்ந்து அடுத்த அடுத்த நிலைகளில் முறையே தெலுங்கு இந்தி கன்னடம் வடமொழி ரஷ்ய மொழி வங்க மொழி மராத்தி மொழி போன்றவை இடம்பெறுகின்றன. மொழிபெயர்ப்பினள் புதிய சொற்கள் உருவாகி மொழிவளம் ஏற்படுகிறது இனத்தவரின் பண்பாடு, பழக்க வழக்கங்கள், நாகரிகம் போன்றவற்றை அறிய முடிகிறது.

அதிலிருந்து நாம் நல்லவற்றை பெற்றுக்கொள்ள முடிகிறது. உலகப் புகழ்பெற்ற அறிவியல் கண்டுபிடிப்புகளையும் இலக்கியப் படைப்புகளையும் அறிவதற்கு இது ஒரு நல்ல வாய்ப்பாக அமைகிறது. ஒரு நாடு எவ்வளவு மின்னாற்றலை பயன்படுத்துகிறது என்பதை கொண்டு அதன் தொழில் வளர்ச்சியை மதிப்பிடுவார்கள்; அது போல ஒரு நாட்டின் மொழிபெயர்ப்பு நூல்களின் எண்ணிக்கை கொண்டு நாட்டின் பண்பாட்டையும், அறிவையும் மதிப்பிடுவார்கள். நேரடி மொழிபெயர்ப்பாக பிரெஞ்சு, ஜெர்மன், ஆப்பிரிக்கா, லத்தீன், அமெரிக்கா முதலான நாடுகளின் நூல்கள் இன்று கிடைக்க தொடங்கியிருப்பது நல்ல பயனை அளிக்கும் என எதிர்பார்க்கலாம். மொழிபெயர்ப்பின் மூலம் இலக்கிய திறனாய்வு கொள்கையையும் பெற்றிருக்கிறோம்;

இன்றுள்ள புதிய தர ஆய்வு முறைகளை எல்லாம் நாம் ஆங்கிலத்தின் வழியாகவே பெற்றிருக்கிறோம்; பிறமொழி இலக்கியங்கள், இலக்கிய வடிவங்கள் பலவும் தமிழுக்கு அறிமுகமாகி, அதுபோன்ற முயற்சிகள் மேற்கொள்ளப்படுகின்றன. மொழிபெயர்க்கப்பட்ட நூல்களில் இலக்கியங்களோடு ஒப்புநோக்கி சிந்தனையை வடிவம் உத்தி, மையக்கரு ,பண்பாடு போன்ற பலவகை கூறுகளை பெறவும், வளர்க்கவும் மொழிபெயர்ப்பு முக்கியமான பங்காற்றுகிறது.

பல்துறை வளர்ச்சி:

இன்றைக்கு பல்வேறு துறைகளின் வளர்ச்சிக்கு மொழிபெயர்ப்பு தேவைப்படுகிறது. மொழிபெயர்ப்பு இல்லை எனில் உலகை எல்லாம் வழியாக பிடித்திருக்கிறது தொலைக்காட்சி, திரைப்படம், வளர்ச்சி கிடையாது விளம்பர மொழிக்கு மொழிபெயர்ப்பு நிச்சயமாக

மதியின் ஆகாரம்

தேவைப்படுகிறது. திரைப்படங்கள், தொலைக்காட்சி தொடர்கள் ஆகியன வேற்று மொழி மாற்றம் செய்யப்பட்டு அனைத்து மொழி பேசும் மக்களையும் அடைகின்றன. இதனால் புதுவகையான சிந்தனைகள் மொழிக் கூறுகள் பரவுகின்றன; மொழிபெயர்ப்பாளன் சில மொழி இதன்மூலம் புதிய இலக்கண விதிகளின் தேவையை உருவாக்குவான் செய்யுள் வடிவமாக கொண்டிருந்த தமிழ் அச்சு இயந்திரத்தின் வருகையை ஒட்டி மொழிபெயர்ப்பை எதிர்கொண்ட போது உரைநடை வளர்ச்சியை மேற்கொள்ள வேண்டியிருந்தது. அப்போது தமிழ் ஆங்கில தொடர் அமைப்புகளையும் கூறுகளையும் ஏற்க வேண்டிய நிலை ஏற்பட்டது. மொழிபெயர்ப்பு இத்தகைய மொழி பிரச்சினைகளையும் கடந்து அதன் தீர்வாக மொழியில் புது கூறுகளை உருவாக்கி வளர்ச்சிக்கு வழியாக அமைகிறது.

செய்ய வேண்டுவன:

மொழிபெயர்ப்பு நிறுவனங்களை அமைப்பதும் மொழிபெயர்ப்பை கல்வியாகும் மொழிபெயர்ப்புக்கு உதவும் சொற்களை உருவாக்குவதும் ஒரு மொழியின் சிறப்பு கூறுகளுக்கு இணையான சமன்பாடுகளை உருவாக்குவதும் பட்டறைகளை நடத்துவதும் நூல் வெளியிடு வதும் செய்யப்பட வேண்டும். தேசிய புத்தக நிறுவனமும் பல மொழிகளிலிருந்து நல்ல படைப்புகளை எல்லா இந்திய மொழிகளிலும் மொழி பெயர்த்துள்ளனர். வெவ்வேறு படைப்புகள் மட்டுமன்றி துறை சார்ந்த நூல் மொழிபெயர்ப்பு களையும் மேற்கொள்ள வேண்டும். அவ்வகையில் தமிழில் பல நூல்கள் உருவாக்கப்பட வேண்டும். "சென்றிடுவீர் எட்டு திக்கும்- கலைச் செல்வங்கள் யாவும் கொணர்ந்திங்கு சேர்ப்பீர்" என்று பாரதி கூறுவதை தமிழுலகம் செயல்படுத்த வேண்டும். அங்கிருந்து சேர்ப்பதோடு அவர் கூறுவது போல,

"தேமதுரத் தமிழோசை உலகமெல்லாம் பரவும் வகை செய்தல் வேண்டும்." சிற்பங்களின் பலவாக இருப்பினும் சிந்தனை உடைய தாக உலகம் ஆக்கப்பட வேண்டும். இதற்கு மொழிபெயர்ப்பு கல்வி இன்றியமையாதது.

கு. அஜித்குமார்

கல்வியும் பண்பாடும் :

குருகுல கல்வி திண்ணைப் பள்ளி:
பள்ளி வகுப்பறை:

இணையத்தில் கல்வி என்று கல்விமுறைகளில் பாதைகள் பல இருந்தாலும் அவை இட்டுச்சென்ற இடமோ பண்பாடு காப்பதே ! கல்தோன்றி மண்தோன்றா காலத்தே வாளோடு முன்தோன்றிய மூத்தகுடி.

கருவாகி, உருவாகி, உயிராகி, உணர்வாகி எழுந்த நம் மொழியானது கல்விக்கு கொடுத்த இடம் அளப்பரியது எனலாம். குருவைத் தேடி சென்று எண்ணறிவு, எழுத்தறிவு, கலையறிவு என்று அனைத்தையும் போதித்த கல்வி அன்றும் இன்றும் என்றும் முக்கியமாய் கற்பிப்பது பண்பாட்டையே.

பண்பெனப்படுவது பாடறிந்து ஒழுகுதல் என்பது நம் முன்னோர் வாக்கு. அடுத்தவர் துன்பம் கண்டு இரங்கி அவர்க்கு உதவுதலே பண்பு. இந்தப் பண்பானாது இயற்கையாகவே இருப்பினும் கல்வி அதை முழுமைப் படுத்துகிறது. நம் வரலாறுகூறும் தொன்மை எச்சங்களான கல்வெட்டுகள், செப்பேடுகள், ஓலைச்சுவடிகள், கோயில்கள், இலக்கியம் என்ற எல்லாவற்றிலும் முன்னிருத்தப்படுவது பண்பாடே. அது கற்றும், பெற்றும் தரப்பட்ட கல்வியாலே முடிந்தது எனலாம்.

மாதா, பிதா, குரு, தெய்வம் என்று வரிசைப்படுத்துகையில் தெய்வத்திற்கும் முன்னால் பேசப்படுபவர் கல்வி கற்றுத் தந்த குருவாவார்

"குரு பிரம்மா குரு விஷ்ணு
குரு தேவோ மகேஷ்வரா
குரு சாட்சாத் பரபிரம்மா
தஸ்மை ஶ்ரீகுருவே நமஹ"

என்பது குரு வணக்கமாகக் கூறப்படுகிறது
பெற்றோர்களால் உலகில் பிறக்கும் ஒருவன் குருவால்தான்
உலகை அறிந்து கொள்கிறான். இந்த அறிவை தருவது
கல்வியே!

**"எண்பதத்தால் எய்தல் எளிதென்ப யார்மாட்டும்
பண்புடைமை என்னும் வழக்கு"**

என்கிறார் வள்ளுவர் அதுமட்டுமல்லாது பிறரோடு
கலந்து பழகி மகிழ முடியாதவர்க்கு மிகப்பெரிய உலகம்
ஒளியுள்ள பகற் காலத்திலும் இருளில் கிடப்பாதாகும்
என்கிறார்.
**"உவப்பத் தலைகூடி உள்ளப் பிரிதல் அனைத்தே புலவர்
தொழில்** " என்று கல்வியின் சிறப்பையும் ஒழுங்கே
காட்டுவார் வள்ளுவர். கல்வி, கேள்விகளில் மிகச்சிறந்த
புலவர்கள், அவர்தம் பாடல்கள் மூலம் பண்பாட்டை நிலை
நிறுத்துகின்றார்.

"யாதும் ஊரே யாவரும் கேளிர்"
"தீதும் நன்றும் பிறர்தர வாரா"
"பிறப்பொக்கும் எல்லா உயிர்க்கும்"
"பகுத்துண்டு பல்லுயிர் ஓம்புதல்"
என்று பண்பை முன்னிருத்துகின்றனர்.

போரை நிறுத்தி சமாதானப் படுத்துவதிலும் பெற்ற
பெருவளத்தை பெறாதவர்க்கு காட்டுவதிலும் அன்பை
முதன்மைப் படுத்துவதிலும் முன்னின்றனர். "அறம் செய
விரும்பு" கட்டளை இட்டு அதைச் செயல்படுவதில்
பண்பில்லை விரும்பிச் செய்ய வேண்டும். இது கல்வி மூலம்
பெற்ற பண்பன்றோ.

மதியின் ஆகாரம்

"எண்ணெழுத்து இகழேல்" என்கையில் கல்வியின் தேவையும் எண்ணும் எழுத்தும் கண்ணெனத் தகும் என்கையில் அதன் உயர்வையும் கூறுமிடத்தும்,
"அன்பும் அறனும் உடைத்தாயின் இல்வாழ்க்கை பண்பும் பயனும் அது"
என்று கூறுகையில் அன்பே பண்பாகவும் அறமே அதன் பயனாகவும் கூறுகிறார். நாகரிகம் பண்பாடு என்பதும் நம் வாழ்வின் நிலை நாகரிகம். அதன் உயர்வு பண்பாய் மிளிரும் என்பது தெளிவு. கற்றாரைக் கற்றோரே காமுறுவர் என்பதும் 'கற்றவருக்கு சென்ற இடமெல்லாம் சிறப்பு' என்பதும் கல்வி பெற்றவர்கள் எந்த இடம், நாடு சென்றாலும் அவர்களுடன் அன்பாய் பழகி பண்போடு வாழ்ந்த வாழ்வியலைத்தான் சுட்டும்.

- கவிச்சுடர் திண்டுக்கல் பி.மீராபாய்

வேளாண்மை கல்வி:

சங்க காலம் தொட்டு ஐவகை நிலம் பாகுபாடு நிலவி வருகின்றது. ஓரிடத்தில் தங்கி நிலைத்து வாழத் தலைப்பட்ட சமுதாயத்தை திணை பாகுபாடுகள், திணைநிலை வாழ்வுகள் காட்டுகின்றன. கூட்டு வாழ்க்கை முறை நிலவிய இனக்குழு சமுதாயத்தை தொடர்ந்து நில உடமை ஆக மாறிய காலம் சங்க காலம். திணை நிறைவாழ்வு வாழ்ந்து சங்ககால மக்கள் அந்த இயல்பை அடிப்படையாகக் கொண்டு வேளாண்மை செய்தனர். மனித வரலாற்றில் நிலத்திற்கு அடுத்த முதன்மை உயிர் பொருளாக விளங்குவது நீர் நிலம் நீர் இரண்டும் உதவுகின்றன. வேளாண் சமுதாயத்தில் வளர்ச்சியுற்ற நீர் பாசனத் தொழில் நுட்பத்தினை கொண்டு வரும் சமூக உலகத்தில் பல்வேறு துறைகளில் முன்னேறி உள்ளது.

திணைச் சமூகம்:

சங்க காலத்தில் உணவு தேடும் வாழ்க்கை முறை மாறி திணை களுக்கு ஏற்ப உணவு உற்பத்தியை மேற்கொண்டனர். குறிஞ்சி நிலத்தில் மலை வேளாண்மையும், முல்லை நிலத்தில் மேட்டு நில வேளாண்மையும், மருதநிலத்தில் முறையான வேளாண்மையும் நிகழ்ந்துள்ளது.

குறிஞ்சி நில வேளாண்மை:

தொழில் கற்றபின் விவசாயம் செய்வதற்கு ஏற்ற வகையில் கற்கள் மிகுந்து காணப்படும் மலைச்சாரலில் உள்ள அடர்ந்திருந்த அகில், சந்தனம், வேங்கை மரங்களை வெட்டி நெருப்பு மூட்டி சாம்பலாக்கி உண்டாக்கி

மதியின் ஆகாரம்

வேளாண்மை செய்தனர். இதனை காடெரிப்பு வேளாண்மை என்பர். இக் காட்டெரிப்பு வேளாண்மையைப் பற்றி, " நறு விரை ஆரம் அரவிந்து உழுத உறை குரல் சிறு திணை" மரங்களை வெட்டி அவ்விடத்தில் பொழுது திணை விதைத்து நன்கு வளர்த்து உள்ளதை குறிப்பிடுகிறது. நிலத்தை உருவாக்கி முதலில் மேட்டு நிலத்தில் பயிர் வகைகளை தயார் செய்துள்ளதை,

> **"பகடுபல பூண்ட உலஅரு சென்செய் இழுமுறை நிரம்ப ஆடுவினைக் கலித்து பாதிலை அமன்ற பயறுஆ பூக்கன."** (அகம்)

எருதுகள்பூட்டி ஏர் கொண்டு உழுது எரு தலைமுறையாக ஏற்று களையெடுத்து கொள்ளையை மக்கள் பாதுகாத்து அறியமுடிகிறது.

முல்லை நில வேளாண்மை:

முல்லை நில உழவர்கள் தன் இனமான மற்றவர்களை வேளாண்மை செய்யும் பொருட்டு அழைத்தமையை. "இளம்தேர் உலவர் இன்குரல் இயம்ப" இவ்வடிகள் உழவர் சமூகம் தனியாக தனக்கென்று தனி ஒரு அடையாளத்தைக் கொண்டு விளங்கியவை அறியமுடிகிறது. மருத நில வேளாண்மை: மருத நிலப்பகுதிகளில் சிறந்த மண் வளத்தோடு நன்செய் வேளாண்மை நடைபெற்றதை, **"மென்புல வைப்பி நன்னாட்டுப் பொருந"** என்று புறநானூற்றுப் பாடல் விளக்குகின்றன.

மருத நிலத்தில் ஒரு பெண் யானை படுகின்ற இடத்தில் ஏழு ஆண் யானைகளை பாதுகாப்பதற்கு தேவையான உணவுப் பொருட்களை விளைவிக்கும் அளவிற்கு வளம் உடையது என்பதை, **"ஒருபிடி படியும் சீரிடம் புரக்கும் நாடு கிழவோனே"** (புறம்) என்றும் அடிகள் விவரிக்கின்றது.

உழவும் உழவர்களும்:

மனித உயிர்கள் வாழ அடிப்படையாக விளங்குவது வேளாண்மை என்பதை, "உழவு உலகிற்கு அச்சாணி" என்று வள்ளுவரும், "உழவுக்கும் தொழிலுக்கும் வந்தனை செய்வோம்" என்று பாரதியும் போற்றுகின்றனர். இவ்வுலகில் உழவுத்தொழில் செய்பவரே உயர்ந்தவர் என்றும் இவ்வுலகம் அவர் பின்னே செல்லும் என்பதையும், "கழனி உழவர் களி சிறந்து எடுத்த ஆறு வகைகளில் உறவா" என்ற அடிகள் உழவர்கள் மகிழ்ச்சியாகவும் வாழ்வில் மேம்படும் இருந்தனர் என்பதைக் குறிப்பிடுகின்றன.

சங்க காலத்தில் நன்செய், புன்செய் என்ற இரு முறைகளில் வேளாண்மைத் தொழிலை மேற்கொண்டனர். ஏற்பாட்டினை வகைகளை பயிரிட்டு பாதுகாத்து அமையும் என மாணவர்களை அழைத்து வேளாண்மையும் செய்தனர் சிறந்தவன் வளத்தோடு குறுகிய இடத்தில் அதிக விளைச்சலை விளைவித்தனர் என்பதை நம்மால் அறிய முடிகிறது. இவ்வாறான வேளாண்மை குறித்த கருத்துகளை அக்கால கல்வி முறையினை பயன்படுத்தி தான் மக்களுக்கு விளக்கினார்கள்.

-   க. அம்சவேணி

மதியின் ஆகாரம்

நவீன கல்வி முறை :

பாடசாலை சென்று ஏட்டில் படித்த காலம் மாறி இன்று வீட்டில் கணினி வழியில் படிக்க தொடங்கி விட்டோம் கால மாற்றங்களின் முன்னேற்றம் இது. கடுதாசி போட்டா கூட அது சென்றடைய பல நாட்களாகும் அந்த காலத்தில். ஆனால் இன்றைய காலகட்டத்தில் ஐயம் மனத்தில் தோன்றிய கணத்தில் கேட்டு தெளிவு பெறும் வாய்ப்புகள் பற்பல.

கல்வெட்டில் தொடங்கிய எழுத்து பயணம் தாளில் படர்ந்து இன்று அலைபேசியில் தட்டச்சாக உருப்பெற்றுள்ளது. எழுத வேண்டும் என்றால் காகிதம் பேனா போன்றவை தேவை. தற்போது அதைபேசியும் செயலியும் இருந்தால் போதும். பள்ளியிலே வகுப்பறையில் அமர்ந்து வகுப்புகள் கவனித்த காலங்கள் கடந்து இன்று காணொளி வாயிலாக கல்வி கற்று வருகிறோம். காலச்சுழலின் கட்டாய மாற்றம் இது என்றாலும் நவீன கல்வி முறை என்றே பெயர் சூட்ட வேண்டும்.

இந்த பெருந்தொற்று காலத்திலே பள்ளி கல்லூரிகள் மூடப்பட்ட சூழலிலே இந்த நவீன கல்வி முறைகள் இல்லையென்றால் கடந்த இரண்டாண்டு கல்வி என்னவாகி இருக்கும். எண்ணி பார்க்க முடியவில்லை. அறிவியல் கண்டுபிடிப்புகளுக்கு என்றுமே இரண்டு பக்கம் நாணயம் போன்று.

நன்மை மற்றும் தீமை:

நவீன கல்வி முறையில் நாம் பெற்ற பலன்கள் பற்பல இருப்பினும் உடல் ரீதியான பல தீமைகள் நமக்கு அவசியம் ஏற்படும். உதாரணமாக கண் பார்வை கோளாறு, செவி கோளாறு போன்றவற்றை இணையவழி ஏற்படுத்துகின்றது. எனவே எதற்கும் இரண்டு பக்கம்

உண்டு.நாம் எதனையும் அளவோடு மற்றும் திறனறிந்து செயல்பட வேண்டும்.மேலும் நவீன கல்வி முறையை பயனுள்ள வகையில் பயன்படுத்தி பயன்பெறுவோம்.
-   கவிச்செம்மல் ஆ. நித்ய கல்யாணி

தொழில்நுட்பக் கல்வி :

இந்தியாவில் காணப்படும் பல தடைகளை நீக்குவதற்கு தொழிற்கல்வி இன்றியமையாதது. நாட்டின் வாழ்க்கை நிலையை தீர்மானிப்பது தொழிலும் தொழிற் கல்வியும் ஆகும். ஆதலால் திறமையுள்ள தொழிலாளிக்கும், புதிதாக கண்டுபிடிக்கும் ஆற்றல் உடைய அறிஞர்களுக்கும், புதிய கருத்தை ஏற்று நடத்தும் அனைத்து தொழிலாளர்களுக்கும் நாம் நமது ஒத்துழைப்பை தரவேண்டும். ஆகவே அனைத்து தொழில்நுட்பத் துறைகளிலும் சாதிப்பதற்கு தேவையான ஒரு கல்வி முறை தொழில்நுட்ப கல்வி முறை தான் என கர்சன் பிரபு கூறினார்.

கைத்தொழில்கள் மற்றும் பலவிதமான தொழில்கள் செய்வதற்கான பயிற்சியை அமைத்தது தொழில்கல்வி எனவும் தொழில்நுட்பத் துறைகளில் சாதிப்பதற்கு அடிப்படையாக அமையும் கல்வி தொழில்நுட்ப கல்வி என்றும் கூறுவர். மேலாண்மை கல்வி, தொழில்நுட்ப கல்வி, புதிய தகவல் மற்றும் தொடர்பு தொழில்நுட்ப கல்வி, ஆகியவை இன்று வளர்ச்சியை ஆய்வு செய்து வருகிறது. மேலாண்மை கட்டணம் மற்றும் கற்றல் திறனை சோதித்து அவற்றின் சாத்தியமான பயன்பாட்டை வலியுறுத்துகிறது ஜோஸ் அண்டோனியோ அக்கா டிருபடி தகவல் மற்றும் தொடர்பு தொழில்நுட்பங்கள் என்பது டிஜிட்டல் தொழில்நுட்பங்களின் பயன்பாட்டை அடிப்படையாகக் கொண்டது ஆகும்.

சாதனங்கள் அல்லது ஊடகங்களின் தொகுப்பாகும் அதே யோசனையுடன் தொடர்ந்து ஒரு கல்வி மையத்தை

மதியின் ஆகாரம்

நிர்வகிப்பது என்பது மையத்தில் உள்ள மனிதன் நிதி பொருள் மற்றும் கல்வி வளங்களை நிர்வகிப்பது ஆகும். பொது பகுப்பாய்வு பெரிய எழுத்துக்களில் கல்வி என்பது புதிய தொழில்நுட்பமான தொழில்நுட்ப தொடர்புடையது. ஏனெனில் தொழில் மற்றும் தொழில்நுட்பக் கல்வியில் நம்பிக்கை வைப்பது என்பது அனைவரின் சிறப்பாகும். எதிர்காலமும் அதன் அடிப்படையில் தான் உள்ளது. அது ஒவ்வொரு தனி நபர் மற்றும் சமூகத்தின் முன்னேற்றத்தை தீர்மானிக்கும். ஆகவே நாமும் தொழில் மற்றும் தொழில்நுட்பக் கல்வியை போற்றுவோம். அதன்வழி சென்றிடுவோம்.

- **ர. செபஸ்டின்**

ஒருவரின் விதியை மாற்றும் கல்வி:

கல்வியின் சிறப்பு:

"கல்வியே சிறந்த செல்வம்" ஆகும். அதனால் தான் "இளமையில் கல்" என்பார்கள். நம் அறிவை வளர்ப்பது கல்வியே ஆகும். "செல்வத்துள் சிறந்த செல்வம் கல்விச் செல்வம்"ஆகும். இக்கல்வியை இளமை முதலே நன்கு கற்க வேண்டும். கல்வியை நம்மிடம் இருந்து யாராலும் அழிக்க முடியாது. "கற்றோர்க்கு சென்ற இடமெல்லாம் சிறப்பு" என்பார்கள்.ஆகவே சிறந்த முறையில் நாம் கல்வியைக் கற்க வேண்டும்.

"வெள்ளத்தால் அழியாது வெந்தழால் வேகாது
வேந்த ராலும் கொள்ளத்தான் இயலாது,
கொடுத்தாலும் நிறைவொழியக் குறைபடாது,
கள்ளத்தார் எவராலும், களவாட முடியாது,
கல்வி என்னும் உள்ளத்தே
பொருளிருக்க உலகெங்கும் பொருள்தேடி உழல்வ
தென்னே".

கல்வியின் முக்கியத்துவம்:

கல்வி கற்றவன் எங்கு சென்றாலும் அவன் அனைவராலும் மதிக்கப்படுகின்றான். இதற்குக் காரணம் அவன் கற்ற கல்வியே! ஒருவருடைய தலை எழுத்தை அல்லது குடும்பத்தின் சூழ்நிலையை மாற்றி அமைப்பது கல்வி ஒன்றே! கல்வி தொழிலுக்கு வழி காட்டுகிறது. நம் வாழ்க்கையை முன்னேற்றி நம் தலைவிதியை மாற்றும் சக்தி வாய்ந்த கருவி கல்வி!

மதியின் ஆகாரம்

கல்வியின் அருமை பெருமை:

கல்விதான் ஒருவனை அறிவாளி ஆக்குகிறது. அறியாமை என்னும் இருட்டைக் கல்வி என்னும் ஒளிதான் போக்குகிறது. நல்ல புத்தகங்கள் அறிவு கண்ணைத் திறக்கும் ஒரு திறவுகோல். கல்வி ஒருவனை மட்டும் மேம்படுத்தாது. அவனைச் சார்ந்தவர்களையும், சமுதாயத்தையும், ஏன் நாட்டையுமே அது உயர்த்த உதவும்.

"அன்ன சத்திரம் ஆயிரம் கட்டுவதை விட, ஆலயங்கள் பல எழுப்புவதைவிட, புண்ணியம் கோடியாம், ஏழை ஒருவனுக்கு எழுத்தறிவித்தல்."

பலரது தலைவிதியை மாற்றிய கல்வி: (ஒரு இளைஞனின் கதை)

அரசன் ஒருவன் அதிகாலையில் எழுந்து உப்பரிகையில் நின்றான். அப்போது அந்த வழியே சென்ற ஓர் இளைஞன் அரசனின் பார்வையில் பட்டான். பிறகு அரசன் திரும்புகையில் படி இடித்து நெற்றியில் ரத்தம் வந்தது. இதனால் சினம் கொண்ட மன்னன், "பிடித்து வாருங்கள் அந்த இளைஞனை" என்று கட்டளையிட்டார். அந்த இளைஞனோ "என் மேல் சுமத்திய குற்றம் என்ன?" என்று துணிந்து அரசரிடம் கேட்டான். அரசர், "இன்று காலையில் உன் முகத்தில் விழித்ததால் எனக்கு இந்த கதி ஏற்பட்டது. எனவே நீ உயிரோடு இருக்கக்கூடாது" என்றான். அந்த இளைஞனோ இதைக் கேட்டு சிரித்தான். "ஏன் சிரிக்கிறாய்?" என்றான் மன்னன்.

"அரசே! மன்னிக்க வேண்டும்! என் முகத்தில் தாங்கள் விழித்ததால் உங்களுக்கு ஏற்பட்டது சின்ன காயம். ஆனால் என் கதியைப் பாருங்கள். அரசரின் தரிசனம் கிடைத்ததால் என் உயிரே போகப் போகிறதே!

இதை நினைத்தேன். யாருடைய முகம் அதிர்ஷ்டமானது என எண்ணியே சிரித்தேன்" என்றான். அந்த இளைஞன் தன்னுடைய சாமர்த்தியப் பேச்சால் உயிர் தப்பினான். இதனைத் தந்தது கல்வியறிவுதானே!

கற்றோர்க்கு சென்ற இடமெல்லாம் சிறப்பு தான். கல்வியில் பெரியவன் கம்பன் அல்லவா! அவருக்கு பணியாளாக சோழ மன்னரே இருந்தார் என்பதை அறியும் போது கல்வியின் பெருமை புரிகிறது அல்லவா! அப்துல்கலாமின் கல்வி பெருமை எளிய குடும்பத்தில் பிறந்து தனது பரந்த கல்வி அறிவால் உலகையே வியக்க வைத்து, அதன் மூலம் நமது பாரத நாட்டின் குடியரசுத் தலைவரான அப்துல் கலாம்   கல்வியின் பெருமையை நமக்கு உணர்த்தும் மாமனிதராக உயர்ந்து நிற்கிறார். எளிமையிலும் அவரை மிஞ்ச ஒருவரும் இல்லை.கலாமின் கல்வி அறிவில் தன் மனதை பறிகொடுத்த நகைச்சுவை நடிகர் விவேக் தான் நடிக்கும் படங்களில் எல்லாம் அவரைப் பற்றி புகழ்ந்து பேசுவதை வழக்கமாக கொண்டிருந்தார்.

ஒரு சிறுவனின் கதை(ஆபிரகாம்லிங்கன்):

ஒரு சிறுவன் புத்தகங்கள் படிப்பதில் ஆர்வம் கொண்டிருந்தான். ஆனால் அவனிடம் அதற்குண்டான பணம் இல்லை. அவன் தந்தையோ ஏழை. அவரால் எப்படி இதற்கெல்லாம் செலவு செய்ய முடியும். அவனோ புத்தகம் படிக்கும் ஆசையில் வெகுதூரம் சென்று பலரை கெஞ்சி கேட்டு புத்தகங்கள் வாங்கி வருவான். ஒருநாள் அவன் 'அமெரிக்க ஜனாதிபதி வாஷிங்டன் பற்றிய புத்தகத்தைப் படித்து வந்தான். உறக்கம் வரவே, புத்தகத்தை ஜன்னல் ஓரத்தில் வைத்து விட்டான். அன்று பெய்த மழையில் அப்புத்தகம் நனைந்து விட்டது. "ஐயோ! இதன் உரிமையாளருக்கு என்ன பதில் சொல்வது? என்று தவித்தான். பின் "ஐயா" இந்தப் புத்தகம் எனது அஜாக்கிரதையால் நனைந்து விட்டது. தயவு செய்து

மதியின் ஆகாரம்

என்னை மன்னித்து விடுங்கள்" என்று அந்தப் புத்தக உரிமையாளரிடம் கேட்டு கொண்டான். ஆனால் அவரோ "அதெல்லாம் முடியாது இப்புத்தகத்திற்கான விலையை நீ தர வேண்டும்"என்றார்.

"ஐயா! என்னிடம் பணம் இல்லை"என்றான்."அப்படியானால் நீ என் வயலில் மூன்று நாட்கள் வேலை செய்ய வேண்டும்" என்றார். "சரி அப்படியே செய்கிறேன். ஆனால் தாங்கள் இந்தப் புத்தகத்தை எனக்கே தர வேண்டும்" என்று கேட்டுக் கொண்டு வேலையைச் செய்து முடித்து விட்டு அப்புத்தகத்தைப் பெற்றுச் சென்றான். இப்படிப் புத்தகத்தை வாங்கிப் படித்த அச்சிறுவன்தான் பிற்காலத்தில் அமெரிக்காவின் ஜனாதிபதியாகத் திகழ்ந்தார். ஆம்! அடிமைத்தளையை அறுத்தெறிந்த 'ஆபிரகாம்லிங்கன்' தான் அச்சிறுவன். அவரது நூலறிவு தான் அவரை அவ்வளவு உயர்ந்த பதவியில் வைத்திருந்தது.

அழ.வள்ளியப்பா அவர்களின் கதை:

அந்நிய நாட்டில் மட்டும் தான் இப்படிப்பட்ட சிறுவர்கள் இருந்தனரா? நம் நாட்டிலும் பலர் உண்டு. நம் தமிழகத்தில் எனது ஊரான புதுக்கோட்டை மாவட்டத்தைச் சார்ந்த ஒரு சிறுவனும் புத்தகத்தின் மேல் பிரியம் கொண்டவன் .தந்தை பள்ளிக்கூடம் செல்ல பேருந்திற்கு தரும் பணத்தை சேமித்து வைத்துக் கொள்வான். பின் அந்த பணத்தை என்ன செய்வான்? புத்தகங்களாக வாங்கிக் கொள்வான். தான் மட்டும் படித்து இன்புறாமல் தன் நண்பர்களையும் படிக்க சொல்லி வற்புறுத்துவான். இளைஞானதும் வாசக சாலையை ஏற்படுத்தி பல புத்தகங்களை படித்து வந்தவர்தான் பின்னாளில் குழந்தைகளுக்காகப் பல பாடல்கள், கதைகள் எழுதிப்

புகழ்பெற்ற "குழந்தைக் கவிஞர்" என்று அழைக்கப்பட்ட அழ.வள்ளியப்பா.

இவ்வாறு அனைவரின் வாழ்க்கையிலும் கல்வியானது தலை விதியை நல்ல முறையில் மாற்றி அமைக்கிறது. "கல்வி சுமையென்று சொன்னவர் வெயிலில்! கல்வி சுகமென்று சொன்னவர் நிழலில்!" கல்வி பற்றிய பொன்மொழிகள் இளமையில் கல்வியைப் புறகணித்தவன் இறந்த காலத்தை இழந்தவன்.

எதிர்கால வாழ்விலும் இறந்தவன்!

- யூரிபிடிஸ் கற்காமல்

இருப்பதைவிட பிறக்காமல் இருப்பதே நல்லது. ஏனெனில் அறியாமைதான் தீவினையின் மூலவேர்!

- பிளேட்டோ

தேர்வு முறை என்பது அறியாமையை அளக்கிற அளவுகோல் தானே தவிர அறிவை அளக்கும் அளவுகோல் அல்ல.

- கவிஞர் வைரமுத்து

"கண்ணுடையர் என்பவர் கற்றோர் முகத்திரண்டு புண்ணுடையர் கல்லா தவர்."

- திருவள்ளுவர்

- **மோ. ஜோதிகா**

மதியின் ஆகாரம்

ஒவ்வொரு செயலுக்கும் தேவையானது :

பெண்ணின் வாழ்வில் மட்டுமல்ல அனைவரது வாழ்விலும் கல்வி முக்கிய பங்கு வகிக்கிறது. அடுப்பு எரித்த பெண் கூட இன்று படிக்கலாம். அதற்காக அரசு முதியோர் கல்வி கொண்டுவந்துள்ளது. குழந்தை தொழிலாளர்கள் கூட கல்வி பயில சில நிறுவனங்கள் உதவி செய்து வருகிறது. எங்கும் கல்வி எதிலும் கல்வி.

துப்புரவாளர்கள் கூட இன்று கல்வி கற்றவர்கள் தான். கல்வி கற்க கற்க இனிக்கும். ஆனால் சிலர் கொள்ளும் கர்வம் வெறும் தூசு தான். அதனால் தான் அவ்வையார் "கற்றது கை மண் அளவு கல்லாதது உலகளவு என்று உற்ற கலை மடந்தை ஓதுகிராள் மெத்த வெறும் பந்தயம் கூற வேண்டா எழும்பு தன் கையால் எண் சான்" என்றார். நாம் எதிர்கொள்ளும் துன்பங்களுக்கும் கல்வி வேண்டும். வரும் மகிழ்ச்சியை கொண்டாடவும் கல்வி வேண்டும். சில கிராமங்களில் இன்றும் பல குழந்தைகள் பள்ளி செல்ல இயலாமல் உள்ளார்கள். உண்ண உணவு கிடைப்பதே கடினம் என்ற நிலையில் வாழும் குழந்தைகள் பள்ளி செல்ல இயலுமா? அரசு சார்பில் செய்யும் உதவிகள் சேர வேண்டிய இடம் தவறி செல்கிறது.

இன்று ஒவ்வொரு துறைக்கும் தனித்தனி படிப்பு வந்து விட்டது. ஆனால் அதனை பயில முடியாமல் இருப்பவர்கள் வெறும் கேள்விக்குறி தான். காலம் செல்ல செல்ல கல்வி உயிர்வு பெறுகிறது என்று தெரியவில்லை. ஆனால் அந்த கல்வியை கற்பவர்களும் கற்று தருபவர்களும் உயர்வு பெறுகிறார்கள். இந்த காலத்தில் ஆங்கில வழி கல்வியை நாடும் மக்கள் ஏராளம். கல்வி என்பது கற்கும் வழியில் அல்ல அதனை கற்பிக்கும் அழகில் மட்டுமே. "கற்று கொண்டே இருந்தால் கனவில் மட்டுமல்ல கல்லறையிலும் கற்க ஆண்டவன் வழி தருவார்."

- த. அருணா (கவிதை தேடும் காதலி)

நமது கண்களாய் கல்வி :

கல்வி என்பது எட்டாக் கனியாக இருந்ததை எட்டிப் பிடிக்க வேண்டும் என்றும் படிக்கவேண்டும் என்று எண்ணங்கள் உள்ள மனிதர்களுக்கு வரப்பிரசாதமாக வந்ததே கல்வி. இன்றைய நவீனக் கல்வி நலன்களை அள்ளித்தர வந்ததே! எல்லோரும் படித்திடவும், பாரினில் உயர்ந்திடவும், மனிதனைப்பக்குவப் படுத்திடவும், வந்த ஏணியே கல்வி ஆகும். எடுப்பார்கைப்பிள்ளையாக இருந்த மக்களை கல்வியின் அருமையை உணரவைத்து கற்றிடத் தூண்டியதே கல்வியின் சிறப்பாகும். வான்முட்டும் வாய்ப்புகளைத் தந்து ஒவொருவரையும் முன்னேற்றிட வந்த கல்வியை கற்கண்டு போல எண்ணி கற்றிட கற்றிட சிறந்திடுவோம்.

கல்வி வருவற்கு ஊன்றுகோல் போல உதவிடும் காலத்தை கையிலெடுத்து கருத்தாய்ப்படித்திட சிறந்திடுமே! கூலி வேலை செய்திட குழந்தைகளைப் பார்த்துக்கொள்ள பெற்றோரின் புரிதலில்லா வாழ்க்கை! இவை எல்லாம் பிள்ளைகளின் கல்வியைப் பாதிக்கிறது. இதனின் பாதிக்கப்பட்டவன் படிப்பை மறக்கிறான், வெறுக்கிறான். எனவே ஆசிரியர்கள் மற்றும், உற்றார் என்று அனைவருமே அவனின் கல்விக்கு உத்தரவாதமளித்து உதவிட வேண்டும், புரியவைத்திட வேண்டும். கல்வி என்பது பொக்கிசம் உலகில் உலகை வழிநடத்திடும் உன்னதம். எனவே கற்போம் கல்விப் கனியை எட்டிப்பறிப்போம்! ஏற்றமுடன் வாழ்ந்திடவே வான் புகழ் வாழ்ந்திட வைகயமும் புகழட்டுமே நாம் கற்ற கல்வியை சிறப்பாக்க கற்போம்!

- **முனைவர் சு. நாகவள்ளி**

-

அக்காலத்தில் கல்வி :

கல்வி கரையிலக் கற்பவர் நாள் சில" அப்படின்னு பெரியவங்க சும்மாவா சொன்னாங்க... வெகு சிலரே வாழும் கற்றவர்களை உயர்த்தி பிடித்திருக்கிறார்கள். ஆதி முதல் அந்தம் வரை ஒவ்வொரு எழுத்தாளரும் தங்களது எழுத்துகளில் கல்விக்கு என்று முக்கிய இடம் அளித்துள்ளார்கள். முக்கடல் சங்கமிக்கும் இடத்தில் குடியிருக்கும் எனது மூத்த குடிமகன் ஐயன் வள்ளுவனும் கல்வி சிறப்பிக்க ஒரு அதிகாரத்தையே ஒதுக்கியுள்ளார். பன்னாட்டவர் போற்றும் கல்வியை வளர்க்க நளாந்தா பல்கலைக்கழகத்திற்கு இணையாக அக்காலத்தில் நமது காஞ்சிபுரத்தில் கல்வியை வளர்த்த பெருமை நமது தமிழ் மக்களுக்கும், தமிழ் மண்ணுக்கும் உண்டு.

தந்தை பெரியாரின் பெண் கல்விக்கு ஆற்றிய தொண்டின் காரணமாக சேலம் மாநாட்டில் "பெரியார்" என்று பட்டம் பெற்றார். ஒவ்வொரு பெண்ணும் இன்றைய சமுதாயத்தில் கல்வி பெறுவாயின். ஒவ்வொரு சமூக ஆர்வலர்களும், விடுதலை போராட்ட வீரர்களின் தியாகத்தினாலும் இன்றைய பெண்கள் பல பட்டங்கள் பெறக் காரணமாக அமைந்தது. பாரதியின் புதுமை பெண்ணும் , இன்றைய பட்டதாரி பெண்ணும் ஒன்றுதான் ஏனெனில் இருவரும் அடுப்படி பக்கம் செல்லாதவர்கள் நாம் திராவிட மக்கள் என்று அடையாளம் காட்டியதும் கல்வி தான். கண் அல்லாதவருக்கு கண் போன்று இருப்பதும் கல்வி தான்.

உங்கள்ள எத்தனை பேருக்கு தெரியும் நமது கல்வி முறை பற்றி. சரி வாங்க அதைப் பற்றி சொல்லுறன் 1830 இங்கிலாந்து மகாராணி இந்தியாவக் ஆளக் படித்தவர்கள் உதவி தேவை என்பதை உணர்ந்து. அவர் ஒரு கல்வி குழுவை உருவாக்கினார் அதற்கு தலைமை ஏற்றவர் T.B. மெக்காலே என்பவர் தலைமை தாங்கினார். இவர் ஒரு அறிக்கையை வெளியிட்டார் அதில் இந்தியர்கள்

அனைவரும் நிறத்தாலும் பிறப்பாளும் இந்தியர்களாக இருப்பார்கள் . மொழியாளும் உணர்வாளும் ஆங்கிலேயராய் வாழ வேண்டும் என்பதே தான். இவரோட கல்வியறிக்கையை எதிர்த்து இந்தியர்கள் பல போராட்டங்கள் நடத்தினார்கள் இருந்தும் இந்த கல்வி முறை நடைமுறைக்கு வந்தது.இதை தெளிவாக புரிந்து கொண்டு கற்றுணர்ந்த வெகு சில இளைஞர்களே பிற்காலத்தில் விடுதலை வீரர்களானர். இன்றளவும் நாம் காமராஜரை போற்றி புகழ்ந்து பேசக் என்னக் காரணம். அவர் முதல்வர் என்பதாலா இல்லை அவர் கல்விக்கு கொடுத்த முக்கியத்துவத்தாள் தான்.

ஆதலால் கல்வி என்பது கற்றவரையும் சிறப்பிக்கும் கண் இல்லாதவரையும் சிறப்பிக்கும். ஒவ்வொரு குடிமகன்களும் அடிப்படை கல்வி கற்க வேண்டும் எனக் நமது அரசியலமைப்பு சட்டத்திலே உள்ளது. இதிலிருந்தே தெரியவில்லையா நமது இந்திய மக்களும் இந்திய அரசாங்கமும் கல்விக்கு எவ்வளவு முக்கியத்துவம் தருகிறது என்று.

"எண்என்ப ஏனை எழுத்தென்ப இவ்விரண்டும்
கண்என்ப வாழும் உயிர்க்கு"

எண்ணும் எழுத்தும் நமது இரு கண்கள் போன்றது, எனக் கல்வியின் முக்கியத்துவத்தை அக்காலத்திலே வள்ளுவர் தமது இரண்டடி திருக்குறளில் எடுத்துரைக்கிறார்.

- **உங்கள் செல்வா**

मதியின் ஆகாரம்

சங்க காலத்தில் கல்வி :

சங்க காலத்திலேயே கல்வியின் சிறப்பினைக் காணலாம்.. 19 ஆம் நூற்றாண்டு காலக் கட்டத்தில் அச்சுருப்பெற்ற அக அற நூல்களில் காணலாம். தாயின் அன்பு தலைச்சிறந்த அன்பாக மதிக்கப்படுகிறது. ஆனால் தாயும் கூட தன் பிள்ளை கல்வியிலும் கேள்வியிலும் சிறந்து விளங்க வேண்டும் என்று எண்ணுவாள். புறநானூறு பாடல் மூலம் அறியலாம். பிறப்போரென்ன வுடன் வயிற்றுள்ளும் சிறப்பின் பாலாற் தாயுதனந் திரியும். (புறம் 183)

கற்கை நன்றே கற்கை நன்றே பிச்சை புகினும் கற்கை நன்றே. (வெற்றி வேற்கை) பொருட்செல்வமானது பிறருக்கு அளிக்க பொருட் செல்வம் குறையும் ஆனால் அறிவுச்செல்வம் பிறருக்கு கொடுக்க அறிவுக் கூடும் இதுவே பாடலின் கருத்தாகும். கற்பவனுக்கு எங்குச் சென்றாலும் சிறப்பு கல்லாதவனுக்கு அவன் ஊரில் கூட சிறப்பில்லை என்கிறான் வள்ளுவர். நாடா கொன்றோ காடா கொன்றோ அவலா கொன்றோ மிசையா கொன்றோ எவ்வழி நல்ல வர ஆடவர் அவ்வழி நல்லை வாழிய நிலனே (புறம்.187)

எவ்விடத்தில் கற்றவர்கள் இருக்கிறார்களோ அந்த நிலம் நல்ல ஊர் எனக் கருதப்படுகிறது.

செல்வத்துள் செல்வம் செவிச்செல்வம் அச்செல்வம் செல்வத்துள் எல்லாம் தலை. (குறள் 411)

கேள்வியால் வரும் நன்மை சிறிதளவாவது கற்றவரிடமிருந்து கேட்க வேண்டும். அக்கேள்வியினறிவு நிறைந்த பெருமையைத் தரும். யாதானும் நாடாமால்

ஊராமால் என்னொருவன் சாந்துணையுங் கல்லாத வாறு. (குறள். 397)

கற்றவனுக்கு எவ்விடத்தில் சென்றாலும் சிறப்பு என்று அறிந்தும் கூட கல்வி கற்காமல் இருப்பது ஏன்? சென்ற இடத்தில் செலவிடா தீதொரீஇ நன்றின் பால் உய்ப்பது அறிவு. (குறள் 422) மனம் போன போக்கில் செல்லவிடாமல் நன்மை எது தீமை எது என்றுக் கூறுவது அறிவாகும். ஒருவன் கற்ற கல்வியானது பிறப்பு எடுத்த ஏழு பிறவிக்கு கல்வி துணை வரும். கல்வி அழியாச் செல்வம் ஆகும்.

கல்வி கற்றவர் கண்ணுடையவர் கற்காதவர் முகத்தில் இரண்டு புண் உடையவர்.

கல்வி, கேள்வி, அறிவு உடைமை என்னும் குறட்பாக்களில் கல்வியின் சிறப்பினை சங்க காலத்திலேயே காணப்படுகிறது. கல்வி ஓர் மருந்தாக விளங்குகிறது. கல்வியால் பெற்றோருக்கு பெருமை. கல்வியைப் போல கேள்வியும் சிறந்து விளங்கிற்று. கற்காதவர் கற்பவரிடத்தில் கேள்விகளைக் கேட்டு தன் அறிவினை மேம்படுத்திக்கொள்வர். கல்வியின் அறிவால் தீய வழிக்கு செல்ல மாட்டார்கள். அன்பும் பொறுமையும் நிறைந்து காணப்படும். சாதிக் கொடுமை மற்ற கொடுமைகளை தவிர்க்க காக்கும் கருவி கல்வியே ஆகும்.

எந்தக் காலத்திலும் கல்வி அறிவு ஒவ்வொருவருக்கும் வாழ்வின் முக்கிய தகுதியாக உள்ளது. மனிதன் உடலின் வயிற்றுக்கு உணவு என்றால் உயிருக்கு அறிவுச் செல்வம் வேண்டும்.

-    கு. தேன்மொழி

மதியின் ஆகாரம்

நாட்டின் முன்னேற்றத்தில் கல்வி :

நாட்டின் முன்னேற்றத்திற்கு கல்வி மிகவும் முக்கிய பங்கு வகிக்கிறது. குறிப்பாக பெண் கல்விக்கு அதிக முக்கியத்துவம் கொடுக்க வேண்டும். பெண் கல்வி கற்றால் ஒரு குடும்பமே பயன்பெறும். குடும்பத்தில் இருந்தே நல்ல கல்வி ஆரம்பமாகிறது. அரசு அமல்படுத்தியுள்ள அனைவருக்கும் அடிப்படை கல்வி உரிமை சட்டத்தால் ஆசிரியர்கள் தேவை அதிகரித்துள்ளது. 'அடிப்படை கல்வி' எதிர்காலத்தில் நாட்டின் வளர்ச்சியை நிர்ணயிக்கும் முறையில் சிறந்த இளைய சமுதாயத்தை உருவாக்கும் முக்கிய பங்கு கொண்டது.

நம் வாழ்க்கை தரம் உயர கல்வி உதவுகிறது; சமுதாய முன்னேற்றத்தில் முக்கிய பங்கு வகிக்கிறது. பள்ளி, கல்லூரிகளில் கற்றது 90 சதவீதம் கற்கக்கூடிய அளவிற்கு கல்வித்தரம் உயர்த்தபடவேண்டும். தனிமனித வாழ்வும், அதே சமயம் சமுதாயமும் மேம்படுத்தும் வகையில் உதவக்கூடிய புதிய தகவல்கள் குறித்து கற்றுக்கொள்வதற்கு வழிவகை செய்ய வேண்டும். தகவல் தொழில்நுட்பத்துறையின் முன்னேற்றத்தால், அனைத்து துறைகளிலும் ஏற்படும் மாற்றங்கள் குறித்து தெரிந்து கொள்ள முடிகிறது. தற்காலத்தில் போட்டி நிறைந்த உலகில் நிலைத்து நிற்க அனைவரும் தகவல்களை பெறுவதில் ஆர்வம் காட்ட வேண்டும். கற்றலில், ஒற்றுமையோடு வாழவும், புதிய தகவல்களை பெறவும், பழைய தகவல்கள் குறித்து தெரிந்து கொள்ளவும், நல்ல செயல்களுக்கு அவற்றை பயன்படுத்துவது உள்ளிட்டவை சிறப்பம்சங்களாக அமைய கல்வி அட்சயப் பாத்தாரமாக திகழ்கிறது.

'கல்வி களஞ்சியம்' என்பது புதிய தகவல்களை அனைத்து தரப்பினரிடமும் இருந்து கற்று கொள்ள ஆர்வம் காட்டுதலே வளர்ச்சிக்கு உதவும். பொருளாதாரம்,

அறிவியல், மருத்துவம், விஞ்ஞானம், பாதுகாப்பு முறைகள் என பலதரப்பட்ட முறைகளில் கல்வி நாட்டின் வளர்ச்சிக்கு உதவுகிறது.

- கவிஞர் பாரதி பாஸ்கி
காரைக்குடி

ஆகச் சிறந்த கல்வி:

நமது வாழ்வுதனில் மிகவும் இன்றியமையாதது கல்வி மட்டுமே. ஒருவன் தன் வாழ்வில் எவ்வளவு செல்வம் சேர்த்து வைத்து இருந்தாலும் கல்வி செல்வம் ஒன்றினை அவன் பெறவில்லை என்றால் அவன் வாழும் வாழ்க்கைதனில் ஒரு அர்த்தம் கூட இல்லாமல் போய்விடும் மற்றும் அவன் வைத்துருந்த எத்தகைய செல்வமும் மதிப்பில்லாமல் போய்விடும். அத்தகைய மாண்புடையக் கல்வியைப் பற்றி அதன் சிறப்பு , முக்கியத்துவம், மேலும் அதன் மேன்மையினையும் காண்போம். கல்வியின் சிறப்பு: "மன்னரும் மாசறக்கற்றோரும் சீர்தூக்கின் மன்னனிற் கற்றோன் சிறப்புடையன் மன்னனிற்கு தன் தேசமல்லால் சிறப்பில்லை, கற்றோர்க்குச் சென்ற இடமெல்லாம் சிறப்பு கல்வியின் பெருமையை மூதுரை இவ்வாறு குறிப்பிடுகின்றது.

அதாவது ஒரு நாட்டின் மன்னனையும், நன்றாக கற்றறிந்த ஒருவரையும் ஒப்பிட்டுப் பார்த்தால் மன்னனை விட கற்றவரே சிறப்புடையவராக கருதப்படுவார். ஏனென்றால் மன்னரிற்கு தனது நாட்டை விட வேறு இடத்திற்கு சென்றால் சிறப்பில்லை. கற்றறிந்த ஒருவரிற்கு செல்கின்ற இடமெல்லாம் சிறப்பே ஆகும். இதுவே கல்வியின் சிறப்பு ஆகும். அத்தகைய கல்வியின் சிறப்பினை ஆத்திச்சூடியில், " இளமையில் கல்" என்ற ஒளவையின் வாக்கு உணர்த்தும். அஃதாவது, இளமையில் மட்டும் கற்பது என்று நினைத்துக் கொள்ளக்கூடாது. இளமையிலிருந்தே கல்வியினைக் கற்று முன்னேற்றம் பெற வேண்டும் என்று அறிவுறுத்தினார்.

"எண்ணென்ப ஏனைய எழுத்தென்ப இவ்விரண்டும்
கண்ணென்ப வாழும் உயிர்க்கு"

என்ற வள்ளுவரின் வாக்கானது, கல்வியின் சிறப்பை உணர்த்தும். அஃதாவது, எண் எனப்படும் கணக்கும், எழுத்தெனப்படும் இலக்கியமும் ஆகிய இருவகைக் கலைகளானது உலக மக்களின் இரண்டு கண்களாய் போற்றப்படும் என்கிறார்.

கல்வியின் முக்கியத்துவம்:

அக்காலத்தில், குருகுலக் கல்வியானது இன்றியமையாததாக இருந்தது. ஆனால் இன்றோ, பார்வை வழி கல்வியாக மாறியது. பல அறிவியல் முன்னேற்றங்கள் அடைந்து, தானே கற்றுக்கொள்ளும் அளவிற்கு வளர்ந்துள்ளது. தானே கற்று தெளிந்து அறியும் கற்றல் வழி கல்வியாக இன்று அமைந்துள்ளது. அக்காலத்தில் கல்வியின் முக்கியத்துவமானது சிறந்து ஓங்கியது. ஆனால் இன்றோ, பல தளர்வுகள் கொடுக்கப்பட்டு மதிப்பெண் அடிப்படையில் தான் மாணவர்கள் முன்னிலை வகிக்கிறார்கள்.

"பிச்சை புகினும் கற்கை நன்றே" என்கின்றார் ஒளவையார். எவ்வளவு கடினப்பட்டாவது கல்வியைப் பெற்று விட வேண்டும் என்ற கருத்து ஆதிகாலம் தொட்டே வலியுறுத்தப்பட்டு வருகின்றது.ஒரு வீட்டில் உள்ள வறுமையை போக்கவும், நாட்டை அபிவிருத்தி செய்யவும் கல்வி அறிவு மிகவும் முக்கியம்.

"கேடில் விழுச்செல்வம் கல்வி ஒருவற்கு
மாடல்ல மற்றை யவை"

என்ற வள்ளுவ பெருந்தகையரின் வாக்கானது கல்வியின் முக்கியத்துவத்தை உணர்த்துகிறது. அஃதாவது, ஒருவனுக்கு அழிவு இல்லா சிறந்த செல்வம் கல்வியாகும். மற்ற செல்வங்கள் எல்லாம் அத்துணைச் சிறந்தவை அல்ல

என்று உரைக்கிறார். இதனையே "இன்று உலகத்தை மாற்றக் கூடிய ஒரு ஆயுதம் உள்ளது, அதன் பெயர் கல்வி" என்று நெல்சன் மண்டேலோ குறிப்பிடுகின்றார். இதன்மூலம் நாம் கல்வியின் முக்கியத்துவத்தை உணரலாம்.

கல்வியின் மேன்மை:

கல்வியினை எவ்வாறு கற்றுக் கொடுக்க வேண்டும் என்று வள்ளுவர்,

"உவப்பத் தலைக்கூடி உள்ளப் பிரிதல்
அனைத்தே புலவர் தொழில்" என்கிறார்.

அஃதாவது, மகிழ்ச்சியோடு பழகி மீண்டும் எப்போது காணப் போகிறோம் என்று நினைக்கும் வண்ணம் ஆசிரியர்கள் கற்றுக் கொடுக்க வேண்டும் என்கிறார்.

கற்றவரின் மேன்மையினை இவ்வாறு கூறுகிறார்,

"தாமின் புறுவது உலகின் புறக்கண்டு
காழுறுவர் கற்றறிந் தார்"

அதாவது, கற்றறிந்த சான்றோர்கள், தன் கல்வியறிவே தமது மகிழ்ச்சிக்கும் உலகத்தாரின் மகிழ்ச்சிக்கும் காரணமாக இருப்பதைக் கண்டு அந்த கல்வியே மேன்மேலும் கற்க விரும்புவார்கள் என்று கூறுகிறார்.

"உடையார்முன் இல்லார்போல் ஏக்கற்றுங் கற்றார்
இடையே கல்லா தவர்"

அஃது, செல்வந்தர் முன்பு, பொருளிற்காக ஏழைகள் ஏங்கி நிற்பது போல, கல்வி கற்றவர் முன் பணிந்து நின்றேனும் கல்வி கற்றவரே உயர்ந்தவர். கல்லாதவர் கடைநிலை மனிதர் என்று உப்பிட்டு, கற்றவரின் மேன்மையினை உணர்த்துகிறார். பிறகு, மாணவர்கள்

எவ்வாறு கற்றுக் கொள்ள வேண்டும் என்று கூறுகிறார் வள்ளுவர்,

**"தொட்டனைத் தூறும் மணற்கேணி மாந்தர்க்குக்
கற்றனைத் தூறும் அறிவு"**

எவ்வாறு மணலில் தோண்டுகிற அளவிற்கு நீர் சுரக்குமோ அதேபோல், எந்த அளவிற்கு நாம் நூல்களைக் கற்கின்றனரோ அந்த அளவிற்கு அறிவானது சுரக்கும் என்று கல்வியின் மேன்மையினை உணர்த்துகிறார்.

இறுதியாக, கல்வி என்பது அழியாச் செல்வம் என்பதை, ஒரு பிறவியில் ஒருவன் கற்ற கல்வியால் அவன் ஏழு பிறவிகளுக்கும் அது பெருமையினை உண்டாகும் என்கிறார் வள்ளுவப் பெருந்தகை. ஆகையினால், அந்த கல்வியை மேம்போக்காக கற்காமல் அதிக சிரத்தை எடுத்து கற்றால் மாத்திரமே வாழ்க்கையில் உயர்ந்த நிலையை அடைய முடியும்.

- ப. ஹரிணி (கவியின்
காதலி)

மதியின் ஆகாரம்

கல்வி குறித்து அறிஞர்கள் கருத்து :

கல்வி குறித்து மகாத்மா காந்தியின் கருத்து:

எழுத்தறிவு என்பதே கல்வியின் சாதாரண பொருள். இது ஒரு கருவி மாத்திரமே. ஒரு கருவியை நல்வழியிலும் பயன்படுத்தலாம். தீய வழியிலும் பயன்படுத்தலாம். எழுத்தறிவும் அப்படியே ஆகலாம். கல்வியை பலர் தவறாக உபயோகிக்கிறார்கள் என்பதையும், மிகச் சிலரே நல்வழியில் உபயோகிக்கின்றனர், என்பதையும் நாம் தினமும் காண்கிறோம். இதனால், நன்மையை விட தீமையே அதிகம் செய்யப்பட்டுருக்கிறது.

கல்வியறிவு இல்லாத ஒரு விவசாயி யோக்கியமாக சம்பாதித்து பிழைக்கிறார். உலகத்தைப் பற்றிய சாதாரண ஞானமே அவருக்கு உணடு. தன்னுடைய பெற்றோர்கள், தன் மனைவி, குழந்தைகள், கிராமத்தில் உள்ள மற்றவர்களிடம் எப்படி நடந்து கொள்ள வேண்டும் என்பது அவருக்கு நன்றாகவே தெரிகிறது. ஒழுக்க நியதிகளை அறிவதோடு அதனை அனுசரிக்கவும் செய்கிறார். ஆனால், தன் பெயரைக் கூட அவருக்கு எழுத தெரியாது. அவருக்கு எழுத்தறிவை அளித்து அவரது இன்பத்தை கொஞ்சமாவது அதிகரிக்க விட முடியுமா என்றால் முடியாது. மாறாக, அவரது நிலை குறித்தும், குடிசை குறித்தும் அதிருப்தியையைதான் ஏற்படுத்த முடியும். இதற்கு அவருக்கு எதற்கு கல்வி?

நாம் மேனாட்டு சிந்தனை வெள்ளத்தில் மிதப்பதால் எது அனுகூலம், எது பிரதி கூலம் என்பதை கூட சீர்தூக்கி பார்க்க முடியாத கல்வியை கற்கிறோம், கற்றுக்கொடுக்கிறோம்.

நமது பழங்கால பள்ளிக்கூட முறையே போதுமானது. ஒழுக்கத்தை வளர்ந்துக் கொள்வதற்கே அதில் முதல் இடம்; அதுதான் (ஒழுக்கம்) ஆரம்பக் கல்வி.

அந்த அடிப்படையில் மீது கட்டப்படும் கட்டிடம் நீடித்தும் இருக்கும். ஆங்கிலப் படிப்பை தேர்ந்தெடுப்பது, நம்மை அடிமைப்படுத்திக் கொள்வதாகும்.

கல்வியே ஆன்மாவின் உணவு; அஃதின்றேல்
நம் சக்திகள் எல்லாம் ஸ்தம்பித்து
நின்றுவிடும், பயன்தரா
- மாஜினி

மனத்தில் நோயில்லையானால் கல்வி அவசியமில்லை
- அந்தோனி

அறிவு தரும் கல்விக்கு ஆகும் செலவை விட
அறியாமைக்கு ஆகும் செலவே அதிகம்.
-ஆவ்பரி

கல்வி என்பது தெரியாததைத் தெரியச் செய்வதன்று;
ஒழுக்கத்தை ஒழுக செய்வதேயாகும்.
- ரஸ்கின்

சொந்தக் காரியம் பொதுக் காரியம்
எல்லாவற்றையும் நியாயமாயும்
சாமர்த்தியமாயும் பெருந்தன்மையாயும்
செய்யக் கற்றுக் கொடுப்பதே பரிபூரணமான
கல்வியாகும்.
- மில்டன்

- லோ. சந்தியா

மதியின் ஆகாரம்

கல்வியால் உலகையும் வெல்லலாம்:

மனிதர்கள் தோன்றிய காலத்தில் இருந்து இன்று வரை அறிவாலே உலகம் பரிணாமம் அடைந்து கொண்டு உள்ளது. அந்த அறிவை கல்வியில் இருந்து நாம் பெறலாம். கல்வி என்பது நான்கு விசயத்தை அறிந்து கொள்வது மட்டும் அல்லாமல் வாழ்க்கை நெறி முறையையும், சிந்தனை துளிகளையும், அறிவியல் சார்ந்த பார்வையையும் கற்று கொடுக்கிறது. பகுத்தறிவால் உயர்ந்தவர்கள் பாதி பேர் என்றால் கல்வி அறிவால் உயர்ந்தவர் கோடி பேர் எனலாம். கல்வி நம்மை அறியாமையில் இருந்து தெளிவு பேர செய்கிறது. கல்வி ஒழுக்கத்தையும், வெளி நாட்டு நடப்புகளையும் அறிய செய்கிறது.

தொட்டணைத்து தூறும் மணற்கெனி மாந்தர்க்கு
கற்றணைத் தூறும் அறிவு.

என்ற குறள் கல்வி என்னும் அதிகாரத்தில் இடம் பெற்று உள்ளது. ஆற்றில் மணல் தோண்ட தோண்ட நீர் அதிகரிப்பதை போன்று, அதிக புத்தகங்களை படிப்பதன் மூலம் நம் மூளையில் அறிவானது ஊறிக்கொண்டே இருக்கும் என்று வள்ளுவன் கூறுகிறார். அது மட்டும் அல்லாமல் இக்கால கவிஞர் நா. முத்துகுமார் அ,னா, ஆ, வண்ண என்னும் புத்தகத்தில் ஒவ்வொரு புத்தகத்தை தொடும் போதும், ஒரு புதிய உலகம் பிறக்கிறது என்று கூறுகிறார். கல்வியின் நோக்கம் அறிதலையும், அறிவையும் கற்றுக்கொடுக்கிறது. முன்பொரு காலத்தில் பெண்கள் கல்வி கற்க கூடாது என்று ஒரு விஷப் புழுக்களின் கூட்டம் பெண்களை பள்ளி சாலையை காட்டாமல் வீட்டின் அடுப்பங்கரையிலே பாவைகளின் வாழ்வுக்கு கரியை பூசினர்.

அதை எல்லாம் அழிக்கவே பல்வேறு தலைவர்கள் தேசத்திற்கு மட்டும் அல்லாமல் பெண் இனத்திற்கும் போராடினார். அது மட்டும் இல்லாமல் ஜாதி அடிப்படையில் கல்வி கற்க தடை இருந்தது. மேன் மக்கள் தான் படிக்க வேண்டும். கீழ் மக்கள் தந்தை செய்யும் தொழிலையே செய்ய வேண்டும் என்று ஒரு கொடிய நோயும் இருந்தது. அப்பொழுது மகாகவி பாரதியாரின் கவிதைகள் காட்டு தீ போல் எல்லா இடத்திலும் பரவியது. இன்னும் புரட்சியை தூண்டியது. வெற்றியும் கிடைத்தது. வா. ஊ. சி. போறவர்கள் ஓலை சுவடிகளில் தனது திறமைகளை வடித்து வைத்தனர். பிறர் எழுதியவற்றையும் சேகரித்து நம் காலத்திற்கு ஏற்றவாறு அதை பத்திரப்படுத்தும் பணியிலும் ஈடு பட்டனர். முன்பெல்லாம் போது அறிவை பெருக்கிக் கொள்ள நூலகம் இருந்தது.. ஆனால் இப்பொழுது பொது அறிவை பெற நம் கையில் உள்ள போனில் நூற்றுக்கணக்கான செயலிகள் (app) உள்ளது. இன்றைய காலம் கணினி காலம். எல்லாம் உடனுக்குடனே தெரிந்துக் கொள்ளலாம். அது போல தன் கல்வியையும் தெரிந்துக் கொள்ளலாம். கல்வி அல்லாமல் ஊர் வேண்டுமானால் சுற்றலாம். ஆனால் படிப்பு மட்டும் இருந்தால். நாடு விட்டு நாடு என்ன? கண்டம் விட்டு கண்டமே சுற்றலாம்.

- **KAVINKUMAR**

முடிவுரை:

நாம் பெற்ற கல்வியை அனைவருடனும் பகிர்ந்து மற்றவர்களும் வாழ வழிவகை செய்ய வேண்டும். கல்வியினை பெறுதல் ஒவ்வொருவரினதும் பிறப்புரிமை ஆகும்.

அந்த கல்வியை மேம்போக்காக கற்காமல் அதிக சிரத்தை எடுத்து கற்றால் மாத்திரமே வாழ்க்கையில் உயர்ந்த நிலையை அடைய முடியும்.

கல்வி என்பது உலகை போன்று பரந்து விரிந்தது. நம் வாழ்நாள் முழுவதும் கற்றாலும் நாம் அனைத்தையும் கற்று முடிக்க முடியாது. எனினும் நாம் ஒவ்வொரு நாளும் ஒவ்வொரு புதிய விஷயத்தை கற்று, நம் அறிவை விரிவடையச் செய்ய வேண்டும். கல்வி கற்க வயது ஒரு தடையில்லை என்பதை பலர் நிரூபித்துக் காட்டியுள்ளனர். நாமும் வாழ்நாள் முழுவதும் புதிது புதிதாக கற்று சாதனை படைப்போம்!

பயனடைவோம்!

நம் சமுதாயத்தை முன்னேறச் செய்வோம்!

எனவே கல்வியை ஐயம் திரிபுற கற்று சீரும் சிறப்புமாக வாழ்வோமாக!

- கா. பிரதிக்